MALAIKA

WANAPOSHANGILIA

Dr. Roy W. Harris

Kimechapishwa 2017
na
Dr. Roy Harris
ISBN 978-0-9972816-9-9
kura iliyonyepesi

na kutafsiriwa kwa lugha ya kiswahili
na pastor Antony Lusichi Mbukhitsa
P.O. Box 4727-30100
Eldoret- Kenya East Africa
nambari ya simu
+254728002508

Dr. Roy W. Harris
906 castle heights are
Lebanon, Tennessee 37087
RHM publication @gmail.com
uliza kimoja
@
www.amazon.com

YALIYOMO

ASANTE

YESU CHRISTO Kwa wokovu ulionunua kuhusiana na maisha yake na kuwapa wote watakao kubali na kuamini injili.

Kasisi Dalton Health aliyeshiriki njili hii nami na pia kunielekeza kwa kristo nilipo kuwa na miaka 11.

Kasisi Ed Hargis (kule mbinguni). Baba yangu aliye kwenye uduma na mlezi wangu.

Ahoskie free will baptist church kwa kuniruhusu mimi niwe mchungaji wao na kunisaidia kujenga taluma ya kuweza kuwaelekeza wengine kumfaidikia yesu kristo.

Amy D. Harris Kwa msaada wako na upendo kuhusiana na kitabu hiki na uduma yangu kwa jumla.

Sandy Atwood kwa msaada kwa kunakili na kufanya kitabu hiki kuwa bora.

kimeungwa mkono na wengine

Kasisi Reuben Cason
mwelekezi, likafika state ya North Caroline Muhunganowa Free Will Baptists.
Awe ni muchungaji wa wakati ama mwaumini mpya ikiwa mtu atafuata Dr. Harris kuhusiana na mpangilio wake wa uinjilisti wa kibinafsi, nafsi nyingi zilizo potea zitaokolewa (**malaika wanapofurahi**) inashika mtaza mo wa kuhubiri injili kwa ujasiri mwingi na urahisi. kila muhumini aliyejitolea kuheshimu tumeiliyo kuu anapaswa kusoma kitabu hiki. lakini sio tu kusoma, lakini kukiweka kwenye matendo wakati huu umepimwa na kumheshesha kumhelekeza mtu kwa njia ya imani kwa kristo. Dr. Roy Harris hajaubiri tu kanuni hii, ameiweka kwa matendo nyumbani na hata kule ngambo. Na sasa tunaweza kujifunza kupitia miaka yake ya uinjilisti wa kibinafsi tu napotafuta jinsi ya kuleta nafsi kwa kristo. Yesu alisema, "mavuno yako tayari, lakini wavunaji ni wachache" (Luke 10:2) lakini tukiweka mtindo huu wa mtu kwa mtu kwa mtindo wa uinjilisti, tukijenga hakika atarudi kwa kelele za furaha, aichukuapo miganda
yake (zaburi 126:6)

Randy Evans- mtu wa kwanza aliyefundishwa na Roy kuhusu uinjilisti wa mtu kwa mtu ni mtu wa kawaida anayetumika na kufundisha
biotechnology kwa shule ya Grantham middle kule coldshoro, NC yeye na mke wake katrina alikua mshiriki wa kanisa la kibaptist la Faith Free Will NC.
mapema 1980's Roy Harris alifanyika mchungaji wangu na rafiki. Mke wangu nami tulianza kuhadh ria kanisa lake kule Ahoskie, AC. Roy alitufunza umuhimu wa uinjilisti wa mtu kwa mtu katika kuvua nafsi na jukumu la kimsingi kuhusiana na jambo hili. baada ya mafunzo na kuweka kwenye matendo, Roy aliniuliza tuende naye inche pamojanaye kushiriki habari za kristo na wengine. alinisaidi a kuweka hali hii ya uinjilisti wa kibinafsi na ufahamu wake na kuiweka kwa matendo. Aliweka wasi na rahisi sana, ilikuwa ajabu, kufurahia na kushi riki kristo na wengine. Tuliona nafsi nyingi zikiokole wa na kanisa letu likaanza kunawiri na kufurika na wakristo wapya tukiwa na furaha yote tunapo waona wakristo wapya wakija kwa kristo kitabu hiki, **malaika wanapofurahi** weka kati ka hali ya mhandiko kile ambacho Roy alifundisha ninajua alipenda nafsi na mungu anatumia udumayake ulimwenguni kote. akileta nafsi nyingi zikimjia kristo.

8

Kasisi Richard Atwood,

mpansi wa makanisa, mwelekezi wa kale wa umishionary akiwa wa msaada kule karikaya kaskazini missionary na pia mchungaji wa kanisa kwa jina Truth and Grace church, misheni mpya ya kanisa la mlima Julliet, Tunnessee. Ninafurahia kuhunga mkono kitabu hiki kutoka kwa mtu ninayemfahamu kuadhati. Nikiona kitabu hiki kikitumika sana hasa katika kitengo cha kuwa fundisha vikundi kanisani shule ya jumapili, vikundi vidogo, mikutano ya katikati ya juma. hapa kuna vipengel e vichache vikuu vya kunuku kutoka kwa kitabu hichi. "Tunapaswa kuhutazama ulimwengu kupitia macho ya umilele" wakati ni wadhamini sana uinjilisti wa kibinafsi unaitaji muda wa kuegesa au ulio utenga "Kumbuka kazi yetu sio kumhokoa mtu awezaye sisi kazi yetu ni kupanda mbegu" "Tumaini lililopora hapa duniani lakufanya ni kujitolea sisi kama wakisto, yaani mtu na mwingine mtu kwa mtu pamoja na ulimwengu unaotuzunguka tukishiriki imani tulionayo katika yesu kristo"

UGUSO katika afrika mashariki

ASKOFU CHRIS BARASA LUSWETTI, mchungaji kule Eldoret na mwangalizi wa ward of life Harvest ministries of East africa ikijumuhisha uduma za Kenya, Uganda, Rwanda, Burundi na inchi ya Kongo mungu alimtumia mtu huyu kufungua milango kwa ajili uduma ya Roys Ministires katika Afica mashariki.

Mungu aliniunganisha na Dr. Roy kwa njia ya kimiujiza na kipekee. Dr. Roy ameegeza sana kwa maisha ya wachungaji wetu pamoja na viongozi. ujuzi aliyonayo imeleta mabadiliko makubwa katika maisha ya viongozi jinsi ya kufikiri na kutenda wanaweka kile wanacho kipata kwa matendo na kwa njia hiyo tunapata mavuno makubwa mito ya nafsi .Dr. anaendelea kunilea mimi na kikundi changu cha viongozi na kwa mhitikio huo tumewalea mamia katika mji yetu na jumuhia. amewafundisha kikundi kikubwa sana cha wachungaji kule Kenya, Uganda, Tanzania, Rwanda na Burundi. Hivi machuzi tumezambaza masomo yake kwa Inchi ya kongo. Tumeona makanisa mengi yakikua katika hali ya kihafya yakiwa yamepandwa. Tangu
 Dr. Roy aje Africa zaidi ya miaka mitano iliyopita, tumekuwa na mikutano kadha ya uinjilisti tukiwe ka masomo yake kwa matendo

ujumbe wake wa uinjilisti. kupitia masomo yake na mafundisho tumeona nafsi nyingi zikimjia yesu kwa jumuhia yetu ni nji yetu. makanisa yetu yamekuwa kiroho na pia watu wakiongesheka. vitabu vyake vimewesesha na kuwatia ufahamu wachungaji wengi. kitabu chake Dr. Roy kipya "malaika wanapofurahi" kitakuwa chombo kikubwa sana kwa wachungaji wetu kwa ajili ya kuzambaza injili ya kibinafsi. natumuombee huyu mtu wa mungu aliye na moyo mkuu kwa ajili ya watu wa mungu walio wachungaji na viongozi katika para la Africa. omba kwamba mungu atamhongezea miaka mingi na pia Dr. Roy Aishi miaka mingi ndiposa asidi kuean delea kuwafikia uwezo wengi wa wachungaji.

UTANGULIZI

Kuwa na wazo la kuongea na wengine kuhusiana na hali yao ya kiroho na ya umilele na vile uzima unaweza kutatanisha ufahamu, kukosa ujasiri, na wakati mwingine uoga wa wazi.

watu wengi wanao upendo na shakofu kwa wengine wanaona upotovu na kutokuwa na furaha kwa maisha ya wengine na kufahamu kuwa kristo ndiye jibu.

wengelipenda sana kushiriki imani yao kwa maishaya ajabu waliopata kupitia bwana yesu kristo, lakini hawafahamujinsi gani.

pingamizi mbili iliyo kuu kwa kushiriki imanitulio nayo ni kukosa maarifa na uoga. kukosa kuchua jinsi ya kuanza mjadala kuhusianana vitu vya kiroho na ni kwa njia ipi ya kutusaidia kusongeza maongeo hadi yafikie swali lililo muhimu maishani uzuihia watu wengi sana kabla waanze wakiwa hawana wakika waseme nini ukusanya uoga na kumsaba bisha mtu kupohozelea hali ile ya kushiriki imani walio nayo. Kusudi la kusindilia neno linalofuata ni kupeana chombo cha kusaidia yeyote ule anaye tamani kuwaele

keza wengine kuwa kristo. Kurasa zinazofuata uhelezeana kupepa umsingi, wepesi, na njia ya kuadhiri inayowezakuwezesha mtazamo wa upendo wa rafiki arishirikiimani aliyo nayo.ufahamu unaopata umekusanywa hasa kwa miaka 35 iliyo ya uchuzi kuhusiana na jambo hili la ubinafsi na kuelekeza wengine kwa kristo, naime fanya kazi kwa wakriso wasiehesabika kule marikani na kotekote ulimwenguni.

kitabu hiki kinacharibu kuelezea mambo sita

1. tengeeza mtazamo wa ufahamu wa kuwezesha kuwafikia watu wasio mjua kristo na injili

2. egesa kuwa ni chombo kipi kilicho wazi cha kuweza kuadhiri kuhusiana na uiajilisi wa

kibinafsi.

3. Andaa somo au mtindo unaoitajika kuwaleta wengi kwa ufahamu huo wa kuokota kwa njia ya yesu kristo.

4. Tengeza mda wa kuweza kuwa fikia wengine na kupeana habari njema ya yesu kristo.

5. Tengeza hali ya ufahamu kuhusiana na watu walio karibu nawe wasio mjua kristo

6. Tengeza mpango wa kuwafundisha wengine ili wafanyike wausika wa uinjilisti wa kibinafsi.

kanuni zilizotajwa kwenye kitabu hiki sio za kimua ndiko , lakini zilitolewa kwa hali ile ya mtu kwa mtu mnapokutana na kuwaleta wengi kwa kristo. kitabu hiki kinaweza kuwa raslimali nzuri sana kwa mtu binafsi, wachungaji na viongozi wa kikristo kufanyika

wafuri wa kuadhiri wa kiroho kitabu kinaweza kutumika kama somo kubwa la kujifunza kuwezesha kuwafikia wengine katika hali ya kufanyika chombo cha kuwafikia watu na injili.

injili au habari njema ni sawa katika mila na taifa kwa sababu yesu kristo ni yeye yule jana na leo na hata milelel(waebranik 13:8) mtindo unaweza kuadhiri kwa kila taifa na pia tamaduni nyingi

ni ombi langu kuwa mtazamo wa kihisia na kanuni zinazo patikana kwenye kitabu hichi itamchochea anayesoma na matokeo ni kwamba nafsi nyingi sitaminika hasa wasio mjua bwana.

kufikia ufahamu wa kumjua yesu kristo aliye mwokozi

MLANGO WA 1

Mwanzo Wa Safari

Nilifungua vitabu vyangu na kupanga afisi,nikijiweka katika mwanzo wa uchungaji kwenye mji mdogo wa Ahoskie,North korolina. Tamanio langu la kuwa mchungaji limenileta hadi mahali ambapo sasa nina kuwa msimamizi wa watu kule kwenye chuo cha welch kule Nashville, Tennessee hadi ukurasa huu mpya maishani mwangu.

siku fahamu hatima yangu itakuwa vipi, lakini nalitambua kwa haraka kua ninapaswa kuweka mfano au kielezo na kuwa mstari wa mbele katika hali ya uongozi watu wangu katika maeneo yoyote yale mimi unauliza katika mwelekeo wowote vile mimi uwa uliza waende. Nilitambua pia kuwa ndiposa kanisa letu liweze kukua,pasi itanipidi niweke njia iliyo nyepesi kwa ajili ya watu wangu/kanisakufuata.

17

Kazi kubwa iliyokuwa mbele yangu ilikuwa kuwa silisha habari njema ya yesu kristo kwa wale waliopita tumaini kuhusiana na mwondoko wangu wamfuto.

Naliketi chini ya bwana. Ralph Hampton's kuhusiana na uinjilisti wa kibinafsi mtu wangu mgeni kwenye chuo cha Welch.

Kukariri maandiko ilikuwa ni sehemu muhimu ya masomo haya. Tulipaswa kukariri maua isotukinuku toka kwa bibilia. lakini nasikitika kusema kuwa sikuona umuhimu wa somo hilo vile utakao adhiri maishani.

Nilitambua kwa haraka kuwa ndiposa kanisa letu likue, jambo lililo muhimu kwetu ni kuelekeza mtazamo wangu kwa wasiookolewa katika jumuhia yetu. nilianza kuomba na kumhuuliza mungu anifanye ni jukumike kutambua wasiooko lewa na kisha kuwaleta kwa kristo. Jinso gani? ilifanyika wazi kuwa niliitaji kufanyika zaidi katika hali ya kuongea na watu katika hali ya moja kwa mwingine yani hana kwa hana kuhusiana na hali yao ya kiroho.

vifungu vya bibilia nilivyo vikariri vikafanyika ngazi au kitanda ambacho nilitumia kuendeleza mtazamo wa mchadala kuhusu maslahi ya mambo ya umilele ambapo matokeo yake ilikuwa ni kuwapa watu tumaini.

Nilianza kwa kumhuliza mchungaji kwamba ni kwa njia jinsi gani walitumia kushughulikia hali hii. Nilitembelea maktaba ili nipate ufahamu kushusiana na mapato yaliyo kuwepo kuhusiana na somo. Nilinunua na kusoma mambo hayo yote narasli mali zake.

Nalimhuliza bwana anasafisha kutokana nakanuni hizi za rasilmali na mtazamo wake, ambao unaweza kunisaidia katikaya kueandeleza mtazamo wangu mwenyewe kwa majuma machache mpangilio mwepesi ulionekana na mtazamo ukaundwa.

Kwa miaka 35 mtazamo wangu umepitia marekebisho kadha ndiposa niweze kushikana mabadiliko yanayotokea dhidi ya miaka iliyo pita 35 ambapo matokeo ni ile ile.

Nyakati hizo za kale zilianza na jaribio na hali ya kukosea. kila mara nalinena na mtu katika hali ya moja na mwingine. Ujasiri wangu ulikuwapo nasa kuona nguvu za maandiko na nguvu za ushawishi wa roho mtakatifu na kubadilisha maisha ya watu wengi. ilinipidudi nishawishike jumbe ni nazo toa zilikuwa zilipadilisha maisha.

Miongo zimepita na nafsi nyingi zimeingia kwenye ufalme wa mungu kupita injili iliyoshirikishwa katika hali hii ya injilisti ya moja kwa moja au mtu.

Kwa mtu mtazamo uliokuwepo nyakati za kale imeshirikisha mara nyingi katika maeneo na matukio mbalimbali. Mimi mwenyewe nilijifunza kibinafsi mara nne kwa makanisa manne niliyo ya chunga, na pia kikundi kinachojitia kizazi kipya cha mashujaa walio vijana wa kristo kwenye chuo cha welch na pia aina nyingi tofauti na mikutano ya uinjilisti na konga mano merikani kote, na wachungaji pamoja na viongozimalaika ichini Kenya, Uganda, na Tanzania.

Masomo kuhusu uinjilisti wa kibinafsi iliyopelekwa na bahadhi ya wachungaji na viongozi katika Afrika mashariki imeleta matokeo ya nafsi nyingi mamia kwa yesu saidi yamakanisa 100 mapya yalianzishwa kule Afrika mashariki.

Kuna msemo kwamba. safari ya mbali uanzana hatua moja. kitabu hiki kinaweza kufanyika kitabu chako cha kuanza ukianza na marafiki na kushiriki imani yako na marafiki pamoja na jamii wale unaowajali sana.

Kukosa ufahamu pamoja na uoga ndicho chanzo cha upingamizi kilicho kikubwa kinacho wasaidia kuhuslana na hali ya kushiriki imani kitabu hiki kitakusaidia upate ufahamu, ushinde uoga ulio nao, na kupata ujasiri unaowezesha wewe kuwaongoza wengine kufikia ufahamu wakuokolewa wa yesu kristo.

Pongezi, umekwisha kuanza safari yako. Tafadhali soma kwa uangalifu maneno yaliyoandikwa kwenye kitabu hicho wewe ni wakipeke chukua mtazamo uliopo kwenye kitabu hicho kisha ukiweka katika mwong ozo wako unapotegeza mtazamo wako mwenyewe kukuwezesha kushiriki na wenginekumbuka sio kuwa ni jukumu lako kuokoa mtu awuaye yeyote. Jukumu lako ni kushiriki habari njema ya ambayo yesu kristo alileta wokovu kwa wote watakao muamini yeye. Mengi yatasemwa kwenyekitabu, lakini jambo kuu hapani wewe ujukue hatua ya kwanza. Katika hali ya kuanza safari yako kuhusiana na uinjilisti wa kibinafsi.

Wacha nikutie moyo kuzingatia kujifunza vifungu vya bibilia vinavyopatikana kwenye kitabu.kumbuka bibilia kwenye warumi 10:37 ina sema ukweli huja kwa kusikia na kusikia neon a mungu.

Omba mungu akufanye ufahamu sana kuwahusu wasiookoka wanao kuzunguka na kujaza moyo wako na mziko kwa ajili ya uzima wa milele muhulize mungu aweke mtu ndani ya moyo wako ili umuombee na kuweka nafasi ya kushiriki naye imani uliyo nayo kwa wengine.

MLANGO WA 2

Uinjilisti Wa Kibinafsi Ni Nini

Hasa sana katika hali ya kimtazamo sauti upande ule mwingine wa simu ilikuwa yule ninaye mfahamu vyema miaka mingi imepita tangu nilipopata nafasi ya kuwa mchungaji wa kanisa ambayo alikuwa akitumika kama shamazi sauti yake ilikuwa ikitisha nami nikatambua kuhusu ujumbe aliyotaka kuhutoa haukuwa mzuri. Mhubiri harris, nina habari mbaya alisema.

Nilijibu nakuhuliza ni nini ilikuwa imwkwisha kutendeka/alianza kushiriki maelezo kuhusiana na matukio wakiwa na mmoja wa jamii ya kanisa. Inawezeka na usifahamu yale aliyoshiriki nami nitaweleZeni mwisho wa mlango huu.

kuna baadhi ya matukio yanayo itaji uangalifu wa umakinisana ndiposa tuweze kuelezea kwa ufahamu kuhusiana na uinjilisti wa kibinafsi. wacha tuanze kwa kuchunguza maneneo haya kwa pamoja.

Binafsi, pamoja na neno uinjilisti, wasia mjumuiko wa kitu.

Kwanza, tunapowazia jambo hili kuhusu uinjilisti wa kibinafsi yani wazo la hana kwa hana huja mawazo ni mmoja na mwingine katika mawasiliana inaitajika

Pili, kwa kuwajambo hili ni la kibinafsi, kuelezea kunaitaji mawasiliano ya karibu, hali hii ya uinjilisti humweke mtu katika hali isionzuri. unapoongea na mtu hana kwa hana, uakikisho kuhusiana na hali ya kimaeneo uonekana wazi. unaweza kumhona mtu akididimia au kushuka na pia anaweza kusoma mtume ulio nao ikiwa na hali ya kujali

Kwa hali hiyo imeuliza ruhusa kuingia Katika maeneo yako ya faragha kwa kufanya hivyo unawapa pia wao nafasi ya kuingia katika naeneo yako ya faragha pia.

TATU, Hali hii ya hana kwa hana ni moja wapo iliyo ya uwezo wa kuadhiri na kufikia watu kwa ajili ya kristo. bwana wetu alitumia mtindo huu alipowaita watu wengi wamfuate. unaponena na mtu kibinafsi mmoja hujiingiza chini na uongozi akishawishiwa na kuelekezwa na roho mtakatifu.

Amri ya kimsingi

Ubiri neon

Nilitambua ufafanuzi mkuu kuhusiana na neon uinjilisti miaka mingi iliyopita nasikitika kua siwezi kumbuka chanzo ilizo tafsiri tangu ila nafikiri ni Chambo lililokuwa uinjilisti ni njia moja ya kuzambaza injili ya ukristo kwa njia ya kuhubiri katika hadhara au kushuhudia kwa mtu binafsi.

Mtume paulo anawashauri vijana kwenye Timotheo 4:2 waubiri neno, wawetayari wakati unaofaa na wakati usiofaa, karizia,onya kwa uvumilivu wote.

Kuna maneneo mawili kwa lugha ya kiyuyani kwenye agano jipya inaitwa agano jipya tafsiri yake ikiwa ni hubiri.

Matendo 8:4 neno la kiyuyani KNPUTTW (kirytto) ilitumika neno hili lingelikuwa bora kama lingetafsiriwa kwa njia hii iliyofanyika uinjilisti au lilopeanwa yani habari njema ya injili kwa

Mtu gani hana kwa hana. Neno hili kwa wazi linaelza a kuwa uinjilisti wa kibinafsi ni njia moja pia ya kuhubiri neno

Matendo 8:5 kuhusiana na neno la kiyuyani ambalo ni knputtovv (kivyottoun)

27

imetumika. neno hili, katika uelekezi wa kifungu ni kutangaza habari njema ya injili kwa umatii ama kikundi cha watu.

Mtume paulo aliangaza sana kuhusiana na njia zote hizo za kuhubiri. alipoingia kwenye mjii aliingia na kwenda kwenye sinangoki ya hapo hili atangaze habari njema ya yesu kristo kwa wayaudi kwanza.

Angelifanya haya kwa mkutano wa hadharaakielezea habari za Agano la kale kimeandikwa pamoja na maelezo kuhusu uchunguwa yesu kristo.

Paulo pia aliwafikia watu wengi hana kwa hana katika kiwango chake cha kibinadamu. kuna mifano mingi kwenye kitabu cha agano jipya. Jambo muhimu kukuweze sha k8ikumbuka ni kwamba tumeimiziwa kufanya hivyo hata hivyo katika muhamko wa wachungaji wa wakati wote na kulipia watenda kazi, tumetelekesha haliyakuwafuta watu kwa kristo na kuwaachia wao badala ya kuhuzisha kanisa lote kama washiriki

Bibilia inaweka hali hii kuwa wazi kuwa kilamkristo anajukumu la kushiriki imani aliyo nayo kama vile roho mtakatifu anavyo mwezesha kupata nafasi na kuwapa mwelekeo Injili ilizambazwa ulimwenguni kwa sababu ya watu wakiendelea kukumbana na wengine hanakua hana wakika na tumaini walilopewa na injili. Tumefahamu kufunza jukwa, lakini tunapaswa pia kukumbuka nguvu zilizomo kwenye mtazamo. watenda kazi niwachache tunapoangalia idadi ya wanaoubiriwa walio washiriki wa kanisa kwa kila kusanyika

Tunapaswa kuwa msukumo wa kila mtu pinafso anaye Tamani kuwaleta wengine chini ya ufahamu unaohokoa wa yesu kristo. Tunapaswa kutulia na kuona kuwatume Tunukiwa. Tumepata tumaini na lengo maishani, Tuna tumaini hilo pamoja na kusudi. Kwa sababu kuna mtu aliyetujali sana na kasha akashiriki injili nasi.

Tunajukumu la kushiriki injili, ambapo sio hali tu ya chaguo, kulingana na maandiko. Tunapaswakuwana shauku la kuwajali walioko karibu nasi na hali yao ya kiroho

Tunapaswa pia kukumbuka tumaini kuhusiana sikiza usoni hazitegemei wnasiasa n vyama vyao Tumaini linaegemea na kutegemea injili ya yesu kristo.

Hali ya kuhusika inajumuisha

Kuna njia au vitambulizo zinazofaa ndiposa uinjilisti wa mtu kwa mtu uweze kuandiri na kufanikiwa kila mmoja anapaswa kuhusika na kuhisika kwake ni kwa kipekee. mungu uchukua mtazamo huu.

mawasiliano ya **kikristo**

Injili kwa wasiookoka. Jukumu la wakristo sio kumhokoa mtu awe yeyote kwa sababu hiyo haiwezekani lakini wanapsa wa kushiriki injili na kila mmoja asiyemjua kristo kamamwokozi wake.

Jukumu la kikristo ni la kipekee katika jambo hili la uinjilisti kwa wasio okolewa ulimwenguni mungu aliwachagua. Wakristo na kisha akawaseka na jukumu la heshima kuu ya kulihubiri habari njema ambayo ulimwengu haujawai kupokea au kufahamu.

Roho mtakatifu hawashawishi wale wasio mjua kristo na kuwafanya wafahamu kwamba wamepotea na hali yao ya kupotea mbele za mungu.

Roho mtakatifu uweke udhibitisho wa ukumbusho wa uhakikisho wa mzigo wa dhambi na uokovu ulioko dhidi ya kiwango cha munbu na hai, ineegezwa mabegani mao wasiookolewa

Wasiookolewa wanapaswa kuhisu mzigo na uzito wa dhambi zao na kutambua kuwa wamepotea na Kuwa mbali na mungu kabla hawajapokea injili na ujumbe wake. Roho mtakatifu ndiye msukumo uliopo wa kushawishi wa kuwasaidia wasiookolewa kufahamu na kuachana na hali yao ya upotovu

Injili inamshawishi asiyeokoka kwamba wokovu unapatikana kwa njia ya imani kwa yesu kristo. usipusilie na kupima kwa Nguvu za maandiko kwa kuwashawishi wasiookolew a kujua kuwa kuna tumaini kwao kuhasiana na kile kristo alifanya kwa msalaba wa kuleavyo warumi 10:17 Utukumbusha kuwa imani huja kusikia na kusikia neno la mungu.

Wasiookoka ujikabidhi kwa ujumbe wa injili baada ya wakristo kushiriki injili na mtu Yule asiyeokoka afahamu ujumbe, huwa saidia kutambua Hali yao ya kupotea na kutambua kuwa kuna Tumaini kwa njia ya imani ndani ya yesy kristo. Mahamuzi ya kukubali au kukataa habari hii nzuri na kipawa hicho imeachwa kwa mahamuzi asiyeokoka na uhuru.

Miitikio yote minne inachukua nafasi iliyo ya mabadilisho kutoka kwa kifo cha kiroho na kuingia kwa uzima wa milele.

Sasa turejelee hali ya kupokea simu mhubiri Harris, nina habari mbaya ninauakika kuwa unamkumbuka ken_____. ameuwakua wa kwenye hajali mbay sana

Alianza kuelezea yalitukia. Ken alifanya kazi kwenye kampuni ya kuzalisha mimea ya mti naye alikua akiendesha mti uliotoka kwenye mashini na kuchapa kwanza alijaribu kuzimisha mashini na kujaribu kuondoa mgogo wa mti.

Jambo la kushangaza lilifanyika mkogo uliteremka wakati ken aliufungulia na mashini ikaufuta kuelekea mahali ken alikua naye ken alikuwa amevalia koti lenye jotoo kwa kuwa ili kuwa ni majira ya baridi na Mashini kwa mzunguko wake ukashika sehemu ya koti lake upande wa chini. Ken alivutwa kuelekea makali ya jumaile na kwa ghafula alikuwa amekatwa vipande vipande kuanzia kwenye kiuno.

Moyo wangu ulishushika nami nikakimbuka mke wake na watoto. Kisha mawazo yake yakaelekea katika hali ya kumkumbuka ken, nilipatafunza y kumhelekeza yeye na mke wake kwa kristo miaka mapema ikisha pia nilimpatiza, mke wa nawawawili na mdaa wa pili ambapo Ken aliuacha ulimwengu huu yuko ulimwenguni. Ingia kwa uliomwengu usio na machungu au mauti alikuwa kwa uwepo wa kristo.

Hali ya kuihubiri injili ya imani na kushiriki

uwezi kuzidi kuelezea. Nalimhuliza mungu alisudia Nijifunze kushiriki imani yangu na wengine Nilishiriki na Ken jinsi angeli na kujua kuwa akifa anelikufa akiwa na kristo mbinguni.

Sasa hivyo yuko mbinguni.

MLANGO WA 3

Kwa nini uinjilisti wa hana kwa hana ni muhimu?

Sababu ya kitleologia

Daktari Roy, Je una nafasi ya kuongea nami?

nilimkuta John o. nikiwa kwa safari yangu yapili. kuelekea Kenya mwaka wa 2013. Nlibiri na kufundi sha kwa uchungaji na pia viongozi wa lawisa alipanga na kuianda kule Kisumu, Kenya kwenye ukingo wa ziwa victoria kwenye maeneo ya Afrika mashariki.

Nilishiriki mara 16 kwa siku 5 na mtazamoulikuwa kuwafundisha mchingaji na pia viongozi wa makanisa umuhimu wa jinsi ya kufanya uinjilist wa hana kwa hana. saidi ya wafrika 300 Kutoka kwa madhcbu mbalimbali na pia makabila waliudhuria kongamano.

Nilihisi kuwa mtazamo wa ndugu Juhn ulikuwa sana juu ya mayatima na uinjilisti pamoja na masomo ya kiuchungaji kijana nilikosea.

Ilikuwa ni 2016 naminilikiwa sija muona John hasa kwa miaka mitatu. Tuliketi, jini kwenye hoteli niliyo kuwa nikika kwa jina savanna hotel pale kisumu naye alianza kunielezea habari zilizo kuwa za kusisimua sana zilsoweza kwaminika

Nitaelezea habari hii ya kusimua mwisho wa mlango huu.

Kristo ndiyea njia ya pekee iletayo wokovu kwa kila mmoja matendo 4:12 inaweka waziwazi kuwa hapana Wokovu kwa yeyote yule maana hakuna jina jingine chini ya mbingu lililopewa wanadamu kuokolewa kwalo.

Tamko hili ni tangazo la ukumbusho wa yesu kwa kitabu cha John 14:6 kuwa yeye ni njia, kweli, na uzima na mtu yeyote hawezi kumfikia baba ila kwa njia ya yeye. Hakuna njia nyingine yeyote ile! Yesu ndiye njia ya pekee tunayoweza kupata wokovu naye anapatikana kwa kila mmoja doniani mwote.

Mungu **alichagua mtindo huu**, kufikia ulimwengu wakati yesu alipaa mbinguni baada ya ufunuo wake, aliacha maagizo ya kipeke na kimsingi kwa wanafunzi wake.

Aliwapa mashauri ya kipekee kuhusu jinsi wengine watajifunza kumhusu yeye kwa kitabu cha matendo 1:8 yesu alisema nanyi mtapokea nguvu atakapokuja juu yenu wakati Roho mtakatifu atakapo kuja juu yenu, na njia mtukuwa Mashaidi wangu tangia yerusalemu yudea, na samaria, na mihisho ya dunia

Mashauri hayo yalijumuhisha pia hali ya kuzambaza habari njema ulimwenguni kote. mtindo huu alio Uchagua mungu umebaleia hivyo zaidi ya miaka 2000.

Uinjilisti wa hana kwa hana ni bora sana kuhusiana na ulimwengu wa kisasa kwa waefeso 2:14-22 Paulo natuelezea kuwa yesu ndiye imani yetu, aliyezifanya kwa pamoja na kuvunja mipaka iliyokuwepo na ukuta akaufunja ukuta wa migawinyiko, kwa kufuta kwa mwili wake uadui, ikiwa ndiyo sheria na Maagizo iliyomo kwenye sheria, na akafanya katika Zote mbili kuwa mtu mmoja, ikiimarisha amani, na urejesho uliomkuu wa kurejesha wote kwa mwili wa mungu kwa njia ya msalaba kwa njia hiyo akisha kuzitiisha kwa kifo chake uadui NA ALIKUJA NA KUHUBIRI AMANI KWAKO WEWE ULIYE MBALI, NA KWA WALE WOTE WALIO KARIBU, na kwa kupitia yeye sisi zote tuna upenyeyo kwa roho kuelekea baba.

Kwa hivyo wewe sio mgeni na mshenzi, ila wewe ni mwenyeji na mfuasi wa mbinguni pamoja na watakatifu, nanyi ni wa nyumba ya mungu, Mukiwa mumekwisha kujegwa juu ya msingi wa mitume na manabi, kristo yesu mwenyewe akiwajiwe kuu la pembeni, ambaye katika yeye jengo lote limeshikamanishwa kwa pamoja, lilikuwa ndani ya hekalu takatifu katika bwana, ambaye Ndani yake ninyi pia mumejegwa kwenye maskani ya mungu katika roho.

Ulimwengu unatafuta kuonana, na jumuhiakitaifa na kimataifa Amani. tumaini lililokipeke ulimwenguni ni Ameni. Tunayoipata kutoka kwa yesu kristo.

Amani inaweza tu kupatikana wakati mtu binafsi amepata amani yeye mwenyewe. njia ya pekee ya Kupata amani ya ndani ni wakati wa kua na amani na mungu. kwa kuwa njia ya kipekee ya wokovu ni kwa njia ya yesu kristo, kisha amani na mungu inaweza tu kupati kana kwa njia ya amani kwa mwenyewe

Njia iliyo raisi iliyo ya tumaini kwa ulimwengu wetu leo no kujitolea kwa wakristo katika hali yahana kwa hana kwa ulimwengu unaotuzunguka tu Kishiriki imani yetu kristo. Kwa njia ya Uinjilisti wa hana kwa hana ni mzuri sana kwa kisuzi hichi ulimwenguni.

SABABU ZA KIETHIKALI

Kristo alituonyesha huruma ,
Tunapaswa kuonyesha huruma hiyo kwa
wengine yesu aliona umati, alikuwa na
huruma kwa ajili yao kwa sababu walikuwa
wamesumbuliwa na kukosa msaada, kama
kondoo wasio na mchungaji. Kisha
akawaambia wanafunzi wake, mavuno no
mengi lakini watenda kazi ni wachache, basi
mwombeni beana wa mavuno awatuma
waenda kazi katika shamba lake.

Kuna mtu mahali alijali sana na akashiriki
injili ya wokovu wa yesu kristo kwetu sisi.
Huruma ya kristo Zilizampazwa kwetu kupitia
wao kwa hivyo.

Tunapaswa kushiriki huruma hiyo hiyo na
wengine ilikuwa unafiki upande wetu tukificha
nuru ya ajabu tuliyo ipokea na tushidwe
kupeana habari hiyo kwa wengine.

Kushiriki injili ni jambo lepesi lakufanya.
Kitabu cha mark 16:15, yesu anatushauri
twende Ulimwenguni kote na kisha tushiriki
injili na kila mmoja hili sio ombi la yesu. Hili
no Agizo.Tunapaswa kwenda na tutangaze
injili ulimwenguni kwa kila kiumbe

Sababu za kimsingi

Kuwa baadhi ya watu watafikiwa tu kwa
njia ya uinjilisti wa hana kwa hana.

Hawataweza kuhudhuria kanisa au ibaada kuu Iliyo na kristo ila kristo atafikia kwa njia ya kujumuika pamoja na wale walio na kristo maishani mwao.

Tumaini peke walilonalo la wokovu ni utiifu wa waumini waliochochewa Roho mtakatifu kushiriki injili na wao.

Jambo hili linaweka kiwango cha juu sana cha majukumu na umuhimu mapegani mwa waumini Mitindo mingine ya uinjilisti kama uinjilisti wa matukio au michezo, kutembelea majirani, Uinjlisti wa adhara, mkutano mkubwa wa injili, na uinjilisti wa kiuhusiano kwenye mtazamo wa uinjilisti wa hana kwa hana Hali hii ya hana kwa hana ni muhimu sana kuhusiana na uinjilisti wa kibinafsi licha ya mtazamo wake kuhusiana na uinjilisti

Imedhibitishwa kuwa makanisa yanayo shindwa kufanyika na kuhusika na uinjilisti wa mtu kwa mtu au hana kwa hana yatakufa **yakiwa tu kwa kisakai cha pili**

Sikufahamu kile mchungaji John alikuwa anaitaji kusema nami. Na pia nilikuwa nimeaunganika na mchungaji Mmoja kutoka oklahoma na nilikuwa nimeunganika na wapenwe piya wa Kisumu tangia wakati wetu tuliokuwa nao miaka mitatu iliyopita.

John alianza kwa kunishukuru mimi kwa kuja Kisumu 2013. Alinielezea hadithi iliyofanyika moyo wangu kushangilia na kuskismua roho. Alisema je unakumbuka somo kuhusu Jinsi ya kuwaleta na kuwaelekeza watu kwa kristo yesu? Ndio,mungu ametenda kazi kuu tangia ulipokuwa nasi.

Nikamhuliza je mungu amefanya nini alianza kuealezea habari kuhusiana na kile mungu amefanya miujiza na adhihirisho wa agano jipya na mtindo wake wa uinjilisti wa hana kwa hana.

Alisema Daktari Roy, wakati ulikuwa hapa mwaka wa 2013 tulikuwa makanisa 14 hapa Kisumu na pia mikoa mingine. lakini sasa tuko na makanisa 40.

Nilitaka kuakikisha kuwa lile amenielezea limelewa ka vyema. kwa hivyo nikisema makanisa 26 yameusa jini, tu ya miaka mitatu? ajahitikia kuwa makanisa 26 yameanzishwa jini ya miaka mitatu.

Nalimhujuliza chanzo ni nini chakuapishamazalisho na upana waajabu jinsi hii kanisani. Ni uinjilisti wa hana kwa hana alinielzea kuwa matendo kuhusiana na masomo waliyo pata kuhusiana na jinsi ya kuwahelekeza wengine kwa kristo.

Mtazamo wao ulikuwa kuingia kwenye vijiji, jumuhia na miji na kuongea na watu hana kwa hana na kushiriki habari njema ya injili walipaswa kuwapata na kuwaleta kwa kristo na kisha kuanza kanisa mpya. Jambo hili lime timika ange mara 26 kwa miaka mitatu.

Alinielezea kuwa wachungaji walikuwa wanaweka mafunzo waliojifunza kwa matendo kushiriki na wengine ambao kwa kupata pia hawa na wao wafanyike wavufi wanafsi

Alinielezea kuwa yeye kibinafsi alikuwa na pia akiende lea kuwafundisha wachungaji vijana kila juma jinsi ya kushiriki injili na kuwapata wengine kwa kristo.

Uinjilisti wa hana kwa hana unafanya kazi

MLANGO WA 4

Ni Muhimu Tuanze

Jumamasi asubuhi mkutano ulikuwa umepangiliwa nami nikafika kanisani mapema nilitembea toka hafisini mwangu hadi kwa jengo la Educational hadi kwa vyumba vingine nami nikapashwa habari ni mtafute nuru ya mtu tosa kwenye sakafu ya chumba cha yani mshahala ni.

Nilipata nafuu wakati mwili uliongezwa, Elma alikuwa ni mojawapo wa mtu ambaye kila mmoja angepaswa kuwa karibu naye.

Naye alifika mapema iliaweza kuanda sinki ya choo wakiwa na wengine. Elma alikuwa mlevi na mtu mwenye fujo kabla afanyike mkristo. Hali yake ya wokovu ilikuwa ya kuvutia sana naye aligeuzwa wakawa mtu aliyekamilika. Alikuwa ni mtu mpole, mwema katika tabia aliyeweza kulipia mkopo wa kanisa naye alitumika kama suparitendant wa shule ya Jumapili. na pia Trasti wa kanisa na Jamaa mwema.

Kweanza tuamishe kuelekea kwa ufutio wa kudunda na kuzambaa kwenye ibaada . Dr.

Joe ange, mchungaji wa chuo cha welch, alikuwa ndiye mgeni wetu Elmer akuja mbele wakati wa mhaliko kwa ibaada yetu ya kwanza

Jumapili asubui. Nalipiga magoti kando yake na kuhuliza kwa nini aliweza kuja mbele? Utashangaa kusikia vile alijibu na sababu kuu iliyomfanya aje mbele. Mwisho wa mlango huu nitawaelezea sehemu ya hadithi.

Sasa natuanze safari yetu ya kuwafua wengine kwa kristo kuna hatua kadha mtu anapaswa kuchukua

SHIKA MAONO

Kwenye, Tunapaswa kuhutazama ulimwengu tukitumia macho ya kiroho. Uinjilisti wa hana kwa hana ni tukio la kufa na kupona ni kati ya uzima na mauti Tunapaswa kukumbuka hatima ya milele wa mbinguni ama mauti (kuzimu) kwa ajili ya marafiki, watenda kazi, majirani na familia ni ya muhimu sana.

Tunapaswa kuwaona watu kama vile mungu anavyo waona, pasipotumaini na pia kwenye itaji la msaadaTunapaswa kwamini kuwa jawabu la matatizo waliyo nayo ni wokovu kwa njia ya yesu kristo. Tunapaswa waziwazi kuele wa kuwa mahali pasipo na maono watuuangamia mithali 29:18

Mhulize bwana akasaidie uone watu jinsi vile yeye anavyo waona. ombi na umhulize mungu akupe mzigo kwa ajili ya wao wasio amini karibu nawe

Jikabidhi kwa kazi hiyo

Mathayo 5:14-16 yesu anapeana mfano kuhusiana na kile mshuma ufanya na kwa njia hiyo anatukumbusha kuwa kazi ya mshuma ni kupeana mwangaza

Mtindo kinyume na mfano huu wakisasa ni kwamba mwangaza mkuu kwa chumba chenye giza kuu chumba kitabakia na kiza ikiwa kwa kweli uwepo wa nuru hupo. Lakini wakati nuru inaingia kwenye chumba kiza ni lazima lipotee

Yesu anatuambia kuwa sisi ndizo hizo taa zake ndani ya ulimwengu huu wenye giza. anatushauri kuwa tuwezw kusababisha taa zetu kuangaza saidi ndiposa wengi wavutwe kwake kwa ajili ya lile nuru iliyomo ndani mwetu.

Tunaweza kufanya mambo haya kivipi? Kwa kujitolea wenyewe kwa kazi kibinafsi na kushiriki habari njema ya injili na wengine. Mradi tumefanya hivyo katika hali ya kujitolea tunaweza kwendelea mbele nana kazi.

SHINDA UOGA (hofu)

Zaburi 34:14 inatueleza kuwa ikiwa tutamtafuta bwana atatusiki a na kutuokoa kutokana na hofu zetu wakati mwingi hofu huja kwa sababu ya yasiyojulikana.

Kukosa maarifa inaweza kuchochea hizia za kuogopa. unaweza kushinda hofu yako kwa msaada wa bwana na pia kujiweka katika hali ya kutafuta ufahamu na maarifa yaliyomo kwenye kitabu hiki. Mtazamo uliochukuliwa utakusaidia kwa njia iliyo nyepesi na kujifunga jinsi ya kuwaelekeza watu kwa mwokozi na ufahamu alionawo wa yesu kristo.

Kwa ufanisi mkuu unaweza kushinda hofu.

Fuatilia na ukuzee

Mradi tu umepata ufahamu iyo itakusaidi ushinde hofu na kukuanda kushiriki injili na wengine, utakuwa tayari kwa hofu ifuatayo

Hatua inayofuata ni kufuata uongozi wa roho mtakafitu Jinsi anavyo kulelekeza kushiriki injili na wengine kujumuika na wengine ni ya muhimu sana kusiana na hali hii ya kuzambaza injili kwa njia ya hana kwa hana.

Mungu atakuelekeza kwa mtu fulani ambaye ndiye utaweza kushiriki maarifa haya ya wokovu ya injili maelezo kusiana na jinsi kushiriki injili ni.

Itatajwa baadaye kwenye kitabu. Lakini kwa sasa, kumbuka kuwa ikiwa utaomba na kumhuliza bwana afungue mlango wa nafasi wa kushiriki injili, atafanya hivyo na saidi.

kabiliana na hali

Atua inayofuata ni umsaidie mtu afaamu hali yake kuwa amepotea na anaitaji wokovu unaopeanwa kwa njia ya yesu kristo. Mengi yatasemwa kwa mlango unaofuata.

Kuna maswali mepesi yanaweza kuhulizwa, niwakati upi wa kuyajibu, yalete mambo haya muhimu mbele na kwenye kilele. Jambo jepesi la kukumbukia mtazamo itakuwa ni

Itaelezewa kwa upana zaidi kwenye kitabu hiki.

Sasa turejelee hadithi yetu. walimwona Elma akija mbele wakati wa mhaliko. Huyu ndiye mmoja katl ya washiriki bora kanisani. Kwani ni aliamua kuja mbele? Nitaelewabaadaye ni kwa nini?.

Nikapiga magoti kando yako na mkono wangu kwenye pega lake. Nikamhuliza kwa nini alikuja mbele. Alinielezea kuwa aliguzwa na pia kujali sana jamii zake na alitamani sana hata wao waje kanisani. Alitoa tangazo ambalo nitalikumbuka maishani mwangu mwote.

Elmer alisema, mhubiri, ninapeana maisha yangu ndiposa niwaone wote kanisani kama jamii. Na pia akaja tena kwa ibada ya jioni na pia kila siku iliyofuata ya ibaada hadi ibaada ya ufutio ikafika kikomo ijuma jioni machozi yake yalitirilika hadi chini ya madhahau na kuchurizika kwenye mkeka wa sakafu. Najua kuwa Elmer alimaanisha kuhusiana na kile alimaanisha na kuomba kwa bidii, kuona jamii yake yote inaingia kanisani na chini ya sauti ya injili.

Simu ililia siku ya alhamisi Naye katibu wangu akaniambia kuwa alipata simu kutoka hospitalini. Aliye ipiga alinielezea kuwa Elmer yuko kwenye jumba cha wagonjwa maututi na hali yake ya prognosisia haikuwa nzuri.

Nilielekea hospitalini na mmoja wa Daktari wake Er alikutana nami langoni Ahoskie, Karolina ya kaskazini ni mji mdogo na mchungaji anaheshima ya kipeke miongoni mwa watu. Yule mwenye hospitali alinifahamu vyema naye alipongeza jukumu la mchungaji na vile anadhiri kwenye jumuhia

---

Ilimkarimu kijana mhuduma katika majira ya masika nami hadi kwenye chumba cha mashauri nakisha akatuambia kuwa Elmer alikuwa amefariki. Alikumpana na mshutuko wa moyo mbele ya hospitali alipokuwa tu amesimama kwenye taa za trafiki akiwa lori la kule kazini mwake.

Daktari alituelekeza kwenye chumba cha matibabu mahali mwili wa Elmer usio na uhai ulikuwa umelazwa Nilimshukuru mungu kwa ajili yake Elmer na kuliombea jamii yake. Nilikuwa na wakati mgumu.

Kuondoka hospitalini ili nielekee nyumbani kwao kushiriki hukuelezea habari hii ya kushangaza kwa mke wake mpendwa.

Niliheshimika kuhubiri kwa mazishi yake siku ya Jumamosi alasiri.

Siku iliyofuata ilikuwa ni siku ya bwana. Niliingia namii nilishangazwa kuona Elmer Jamii yake yote imeketi kwenye viti vya mbele watatu na pia wanne kwenye upande mwingine.

Nilipanda kwenye jukwaa ni kijiamini kuwa ninaenda kuhimiza matamanio ya Elmer. Nilipeana ujumbe wa tumaini na changa moto ya wazi kwamba tukubali kipawa cha bure cha wokovu.

Niliweka kwa Jamii kile Elmer Alishiriki na siku 10 kabla, akitondosha machozi ya kitiririko toka usoni kwelekea sakafuni. naliwaelezea kuwa yesu akufaa tu kwa kuweka wokovu upatikane kwa kila mmoja, Na pia Elmer alijitolea kupeana maisha yake kwa na nafasi ya kuingia kanisani na pia kutoa maisha yake ili watu wake wawe kanisani na wasikie injili.

MLANGO WA 5

Tabia Na Muhimu zinazo kufuatwa ndiposa nafsi zifuliwe

Mwaliko wa kuongea kwa mkutano wa wachungaji na pia viongozi wa kanisa hapa Eldoret, Kenya haikutarajia.

nilihesimika sana nilipouizwa nami nikakubali mwaliko.

Basi ningeongea kuhusu nini? ni nini itakuwa ya faida sana kwa kanisa la kiafrika na viongozi wao? ni nini ingekuwa ya msaada?

MALAIKA WANAPOSHANGILIA

Kupanua ufalme wa kristo. Afrika mashariki? Niliomba kwa undani sana nilimhuliza mungu hanipe hekima na uelekezi ambao anglitaka mimi nielekee.

Mungu alifurahia nishiriki na hawa viongozi? Jinsi ya kuwa wa kuadhiri na kuvuna nafsi kwa kujiingiza kwa uinjilisti wa hana kwa hana. Nilianza hatua kwa hatua mwondoko ukiwa nitafikia vipi na kushiriki mpango huu wa wokovu kwa wengine.

Matokeo yalikuwa ya ajabu na kile mungu alifanya kilikuwache kipeke. Nitashiriki maelezo zaidi mwisho wa mlango huu.

Mtu anaweza kijifunza hatua zifahazo

nakupata viombo vilivyo vizuri, kuna pia aina ya tabia inayoonekana wazi ndiposa mtu afanikiwae nimenakili mambo yaliyo muhimu kuongezea kwenye listi yangu.

1 Uakikisho wako mwenyewe

mtu at'aweza kushawishi wengine ili hali yeye hanauakikawa kile inaelezea

Yohana 1:45 philipo alimpata nathaniel, naye akamuambia, tumempata yule ambaye musa alisema habari zake kwa sheria na pia nanabii, YESU WA NAZARETI. Mwana wa yosefu

Tunapaswa kufahamu zaidi ya mashaka kwamba tunaamini kwa nguvu za yesu nizazookoa za kristo. Tunaamini kuwa kristo ndiye alisemekana kuwa ndiye na Alifanya yale wengine wanakiri kuwa alifanya hatutaweza kuwashawishi wengine mpaka sisi weneyewe tuwe tumeshawishika wenyewe.

mtu anaweza kuwa mwenye nguvu kilingana na kile anachoamini

Daniel 1:10 Daniel alipofahamu kuwa maandishi yame tiwa mhuri, aliingia jumbani mwake, na kisha akafungua madirisha kuelekea yerusalemu, akapiga magoti mara tatu kwa siku, na kisha akaomba, na kumpa mungu wake shukrani, kama vile alivyoanza.

ni vigumu sana kukosa kushawishika kikamilifu Yesu amekwisha tuokoa sisi, nguvu sitakujatuu kupitia kuamini kwa aina hii na kwa njia hiyo itakusaidia kusima ma kulingana na imani uliyo ndani ya kristo inayo okoa.

UAKIKISHO UMEEGEZWA KWA NGUVU

za mungu

1 Yohana 5:13 mambo haya nimekwisha waandikieni ninyi munayeliamini jina la mwana wa mungu, ilimfahamu kua mna uzima wa milele, na njia mnaweza kuliamini jina la mwana wa mungu.

Uakikisho wetu haupo chini ya mizizimko au misukumo ya kihisia. wakati mwingine inatendeka na mwingine upadilika

Uakikisho wetu umeegezwa kwa roho mtakatifu maandiko, ambalo ndilo neno lililopuliziwa la mungu.

2. USHAWISHI WA KIBINAFSI

wanaume na wanawake wamepotea

Wahuni 6:23 kwa maana mshahara wa dhambi ni mauti bali gharama ya mungu ni uzima wa milele katika kristo yesu

Tunapaswa kuamini kuwa wanaume na wanawake wasio mpokea yesu kana bwana wamepotea na kutengwa milele kutoka kwa mungu na mateso yasiyo na kikomo Gehena. ikiwa kwa hakika hatutpaswa kuamini kuwa wamepotea pasi msukumo wa kuwaelezea habari za kuwafikiana injili atatukijaribu kuwafikia na injili.

Kristo NDIYE TUMAINI LA KIPEKEE KWAO WALIO POTEA

John 3:18 kila amwaminiye hahukumiwi. Lakini kila asiye amini amekwisha hukumiwa, kwa sababu hakuliamini jina la mwana wa pekee wa mungu.

Tumaini la dunia lisilo la kweli latufundisha kuwa Barabara zote (Dini zote)

zinatuelekeza kwa mungu wa kweli aliyemmoja kwa kweli anaitwa tu majina mengine na kwa kweli ikiwa pasi utamaanishe kuhusiana na kile una-amini utakuwa salama siku ya mwisho,. wengi wetu tume maanisha wakati mwingine. ila tu tunajikuta tumekoss a

Wale wanao wekea tumaini lao kwa vitu vingine palipo yesu kristo watahukumiwa. Kwa kweli watakuwa tu wamekosea

3 . USAIFI WAKO MWENYEWE

HUWE MTAKATIFU

1 Peter 1:115 kama vile alivyo waita alivyo mtakatifu, nanyi pia mnapaswa muwe watakatifu iwe ni watakatifu katika mwenendo wenu wote.

Tafsiri nzuri ya neno utakatifu ni: nikutengwa na kuji-tolea kwa mungu.

UTAKATIFU NI HALI SIO TENDO

ni kuwana tamania la kweli la kuwa kama kristo ndani na inje. Tendo la kutengwa linaitaji kujitolea ambapo inajumlisha hali ya ndani kujielewa kuwa wewe ni ni mungu

Kutambua kuwa mungu ni nani inafufanya na kutu leta karibu na kuonana na uso kwa uso au hana kwa hana hali ya kujiona tena kuwa hatufai kuwa kwa uwepo wake. Tunasababisha shauko kuu ya kristo ambapo utakatif u wake ufungua mlango wa maeneo ya utakatifu

kwetu, na pia uwepo wa kiungu wa mungu.

ili   kufanyika mvuvi wa watu mwenyekuadhiri ina itaji jombo safi kinachoweza kutumika na roho mtakatifu vyombo safi ni vyombo vitakatifu hii si ombi ila ni lazima.

Tumeamrishwa kuwa watakatifu kwa nini? kwa sababu sisi ni vyombo tunao beba uponyaji Jumbe za wokovu kwa ulimwengu katika hali ile ya kupeana msaada tumaini

JITENGE KABISA NA KUONEKANA KARIBU NA UHOVU

1 Thesalonike 5:22 Jitengeni na uovu wa aina yeyote (utakatifu una jambo la kuendelea. itaendelea mpaka tufee. Kuhishi ukifanya dhambi inapotosha utakatifu. Jinsi gani? mfano mmoja inaweza ukawa kikombe safi au Clasi chombo hicho chaweza kutumia kubeba vitu tofauti vingi.

4. **kujitoa kama dhabiu**

KUSULUBISHA UTU.

Galatian 2:10 nimekwisha kusulibishwa msalabani pamoja na kristo, ningali ni ninaishi, si mimi niishiye sasa ila kristo aishiye ndani yangu ni uahi nayo sasa katika mwili ninaishi kwa imani, imani a mwana wa mungu, aliye katika upendo, alijitoa nafsi yake kwa ajili yangu. ikiwa mtu anataka kumfikia wengine kwa ajili ya kristo itakarimu kujitolea kidhabiu

Kwenye kifungu hichi, mtume paul aliweka tamko hili kuwa paulo wakale alikufa na paulo mpya ndiye anayeishi sasa milele kwa njia ya yesu kristo. Alitoa tangazo kuwa kristo alitoa dhabiu ya peke na iliyo kuu wakati kristo alikufa na pia anaishi ndani yetu ndiye anayepaswa kuelekeza mienendo yetu. paulo anelezea kwenye wakoritho wakwanza

15:13 Dhabiu za kibinafsi ni tendo la kila siku kwa ajili ya kufa ili inakarimu vita la kuendelea kati ya mwili na roho. vita vitaendelea hadi kristo ambiwe na kisha tufanyike na kupadilika hadi milele

Kristo anapaswa kuwa ndiye mtu wa pekee maishani mwetu. anapaswa awe ndiye anaelekeza na kukeli kwenye utawala na ufalme unaojita ubinafsi. Ikiwa yeye siyo ndiye mtu muhimu maishani basi hatutaweza kuadhiri nakuweza kuleta marafiki wetu, majirani, na familia na kuwa na uhusiano wa hana kwa hana kwa yeye

KUEGEZA MDAA WAKATI

Wakati ni wa muhimu sana kwa maisha ya mtu binafsi uinjilisti wa binafsi inaitaji mdaa uliowekwa mdaa wa kuwa katika maombi, kujiandaa na kupanga kufikia watu kwa ajili ya kristo. Wakati huo unaalikuwa ukifanya vitu vingine. Baadi ya vitu hivyo vinaweza kuwa vya dhamani na vya muhimu.

Ili uweze kufanya vyema kibinafsi katika uinjilisti tunapaswa kukumbuka mpangilio na kwa njia hiyo tutaelewa ni mdaa upi utachukua. Tunapaswa tuwe tayari kukabidhi mdaa wetu kuwaleta watu wengine kwa kristo. ili linamanisha kiwatunapima baadhi ya mipango ya shughuli zetu.

UEGESE HAZINA

Mathayo 6:21 inatukumbusha maneno ya yesu. mahali hazina yako ilipo ndipo moyo wako. Njia nyingine yakusema jambo hili ni nionyeshe jinsi unapotumia pesa zako, nami nitakuelezea lililo la muhimu kwako ni lipi.

Ikiwa kristo na kuwaleta watu kwa kristo kwa njia ya uinjilisti wa hana kwa hana na niya muhimu kwako basi utakuwa unapenda kuegesa na kuweka raslimali kwa kuwafikia wengine.

5. HURUMA WA KIBINAFSI

Huruma ya kristo

Yesu alionyesha utele yani huruma kwa mtu mmoja na pia kwa umati wa watu.

mathayo 9:36 kisha alipouona umati, alisongwa na huruma kwa ajili yao kwa sababu walikuwa wamechoka

mathayo 23:37 Ee yerusalemu, yerusalemu, mnao wauwa manabii nakuwapiga mawe watumwao kwenu mara tena ni majaribu kuwakusanya kama vile ndege anavyowakusanya watoto wake kwenye mbawa zake.

John 8:11 (mwanamke aliyenifumaniwa kwa uzinzi) alisema, huyupo, bwana. naye akajibu na kusema hata nami sikihukumu wewe enenda, na usitende dhambi tena.

Warumi 9:3 ninelitamani kuwa mwili wangu ungeli tengwa na kristo kwa ajili ya ndugu zangu, walio wacholi wangu sawa sawa na mwili.

Tunapaswa tuwe na moyo wa kristo na kuwajali kiuundani wasio amini wanaotuzunguka. Tunapaswa kuwaona wale wasiookoka kama vile kristo anavyo waona na kuweza kujali, kiundani kama vile Paulo alivyo tojali sisi

Tunapaswa kuhumba hali ya ubinafsi ikiwa imejaa Huruma, tukiwatazama waliopotea kama kondo walio potea na hajielewi na kisha pia hawana mchuungaji

MAOMBI YAKO MWENYEWE

omba nguvu toka juu

Acts 1:8 nanyi mtapokea nguvu akishawachilia juu yenu roho mtakatifu nanyi mtakatifu mashahidi wangu toka yerusalemu, na Judea na samaria hadi mwisho wa dunia.

Tunanguvu toka juu zinazopatikana kwetu ili tuweze kuwa mashahidi tunaoadhiri tunaitaji hizo nguvu. Tunapaswa tuombe na tumhulize roho mtakatifu atufunike na uvuli wake naatusaidie. omba mwelekeo matendo 16:9 kisha paulo akaona maono usiku, palisimama mtu wa macedonia, na akimsihi, akisema njoo kwetu macedonia, utusaidie.

kushiriki injili na wengine akupaswi kufanywa pasipo mtazamo wa uelekezo. Roho mtakatifu kupitia maono au ndoto wakati wa usiku,

ilimpa mtume paulo mwelekeo. mungu
alilimwezeza paulo kwa yule anayepashwa
kushikishwa injili.

Tunapaswa kumuomba mungu afungue
milango na uelekezi kuelekea wale mungu
angependa tuwaubiriye injili. Roho mtakatifu
atuelekeze kutambua wakati nani wapi, na ni
kwa nani tunapazwa kushiriki injili kujiombea
ni kwa muhimu sana unapofanya uinjilisti wa
hana kwa hana

7. kujifunza Biblia mwenyewe neno la mungu ni silaha iliyokuu

Jer 23:29 haya siyo maneno yangu kama vile
moto? asema bwana, na kama nyundo
inayofunja miamba vipande vipande?.

neno la mungu lazima

2 Timotheo 2:15 soma ujionyeshe kuwa
mtenda kazi asiye na lawama katika
kumbambanua kila neno njema na la kweli

Neno la mungu urembesha habari njema aliyo nayo

2 Coritho 4:6 mungu aliyeiamuru nuru
inangaze gizani, ameangaza ndani ya moyo
yetu, kua akitupa nuru ya maarifa ya utukufu
wa mungu akianga za mbele uso wa yesu.

8. Kujitegemeza
Uwepo wa roho mtakatifu

Yohana 14:16 -17 nami nitamuomba baba naye atawapa ni mshauri mwingine, ili akae nanyi milele, atayule Roho wa kweli, ambaye ulimwengu hautaweza kumpokea kwa sababu haumhoni, au kumfahamu: lakini ninyi mnemfahamu, maana anakaa ndani yenu, naye atakuwa nanyi

NGUVU ZA ROHO MTAKATIFU

Yohana 15:26 lakini huyo mfariji atakapokwisha kuja yule nitakaye mtuma ndani yenu kutoka kwa baba, Ata Roho yule wakacha

yule atoka kwa baba, yeye atanishuhudia mimi

9. UVUMILIVU AU KUNGOJEA
panda mbegu

mhubiri 11:6 asubuhi baada mbegu yako, na pia jioni asiukunje mkono wako maana autambui hakika ikiwa kwa kweli itamea hii au ile nyingine ama ikiwa zote zitakuwa nzuri kwa pamoja. kumbuka kazi yetu sio kumhokoa mtu awaye yeyote. sisi tu niwapenzi.Tunapaswa tu kupanda mbegu ya ujumbe wa injili na kisha umuamini mungu asababishe mbegu uliyo ipanda ikue na matokeo ni mavuno mengi ya nafsi Nimungu peke anafahamu ni aina ipi ya mchanga mbegu imepandwa ndani. Kazi yetu ni kupanda mkononi mwa Roho mtakatifu.

TUNZA IMANI

1 Cor 13:58 kwa hivyo ndugu wapendwa simameni imara msitikishike, siku zote mkitenda kazi ya bwana, Jinsi vile munavyofahamu kuwa kazi yenu sio bure katika bwana

Tunapaswa kujikumbushe kuwa VIANJILISTI wa hana kwa hana unaitaji mambo matatu

1. kupanda
2. kunyunyizia maji

3. **Mavuno**

kama mvunaji wa nafsi tutaweza kwa hakika usiku katika mambo haya matatu sisi zote tumeitwa kuwa wapanzi wakati mwingine wengine watapanda nasi tunaweza kuitwa tumwagilie maji kwa ile mbegu iliyopandwa. kila mara tunaruhusiwa kuwa wavunaji wa mavuno. Inawezekana tuhushike kwa yote tatu kwa wakati mmoja au watu wengi.

Jambo muhimu la kukumbuka ni kwamba mungu upeana utele na kusababisha mbegu kukua kiasi cha kukoma na kuzifanya ziwe tayari kwa mavuno

Tunapaswa kumuamini mungu kwa

Tunza mavuno na pia matukio yake ikielekezwa kwa mavuno

kongamano ya kwanza ya ELDORET, Kenya mwaka 2012 ilikuwa kwenye Hema. Niliujiri na kufundisha kwa siku nne kwa somo hili la Uinjilisti wa hana kwa hana na jinsi ya kuongoza wengine kwa kristo. Juma ilienda vyema na kila jambo lilikuwa kimsingi

Mwenyeji wangu askofu Chris alikuwa na furaha kuhusiana na kile kilichofikia alinijulisha siku ya jumamosi kabla turejelee marikani kwamba watu 43 waliookoka kwa Juma hilo.

mwitikio wangu wa haraka ulikuwa jinsi gani ilivyotendeka. Akasema mimi kwamba watu 12 walikubali kristo baada ya ibaada ya jumapili kwa ujumbe wa Jumapili na wengine wasiookolewa walikuja toka kwa marabara zote wakisikia neno na mafundisho juu ya wokovu kwa juma hilo. Roho mtakatifu alitumia ujumbe kuwashawishi katika mioyo yao na jumla ya watu 43 walimpokea yesu kwa juma hilo

Nilirejea ELDORET mwaka uliofuata kwa ajili ya kongamano inayofuata na kisha tuliendeleza na kujumlisha mkutano wa kiunjilisti wa idhara. Tuliona pia nafsi zingine 50 zikija kwa kristo

---

Niliporejea kwa kongamano ya tatu 2014 Hema lilikuwa limepomolewa na kumejengwa jengo la kanisa.

Nilirejea tena 2015 na 2016. kanisa lilikuwa likipitia utele wa mafuno na kanisa limeongezeka hadi kuna kuwa na ibaada mbili kila asubuhi.

Askofu Chris aliendeleza shukrani zake na kunishukuru na kuelezea chanzo cha kuelezea kukua kwa kanisa hiyo ilikuwa ni uinjilisti wa hana kwa hana na pia mikutano ya hadhara chanzo cha ukuaji wa kweli katika makanisa ni uinjilisti

MLANGO WA 6

Kushiriki injili sehemu ya 1
– kufungua mlango

Nilipokea habari kuwa ajali imekwishatokea maili chache umbali na kanisa iliyo mhusisha binti wa mshiriki. Kwa ghafla ni kusafiri kuelekea mahali pale nami nikashangazwa kupata gari limebingirika na mlango wa dereva umepambana na kuegemea kwenye kikingi cha umeme.

Nalifahamu mmoja wao kwenye maeneo pa mafukio ya ajali. alielezea kile kilichofikia.Shirley amekuwa akinywa na kwa hali hiyo alipoteza mwelekeo na kasha kushababisha gari kupingiria mara kadha. Mlango wake ulifunguka wakati wa mpingiriko wa gari.

Gari lilitulia tu wakati huo kichwa cha Shirley kilikuwa kimefinywa na kukwama kati ya mpini wa mlango na paa la gari. ni hatua kama moja na kianga hake kingelimondwa.

Nilitambua kuwa inawezekana amepelekwa kwa chumba cha wagonjwa maututi kwa hivyo nalielekea hospitalini kumhangalia yeye. Ninawaelezeeni yaliyotukia mwisho wa mlango huu.

Ninaamini watu wengi wangalipenda kushiriki kile kristo amekwisha kuwatendea maishani mwao na pia wengine wanaoitaji kusikia kwa hamu sana wanaweza kuogopa kuwa watajiahibisha, kwamba waseme jambo mbaya au lisilofaa kwa kushababisha chanjo cha kristo.

Hofu hii inakuja katika hali ya kutojua jinsi ya kufikia watu na jambo la kusema Tunaweza tu kushinda uoga wetu kwa kupata ufahamu unaokubalika na kukuwezesha kupata ujasiri kwamba tunajua kile tunafanya na jinsi ya kufanya.

Hapa kuna majibu ya kibibilia kuhusiana na na matatizo mawili makubwa inayoweza kutuwe ka tukose kushuhudia wengine uoga/Hofu – zaburi 34;4 nalimtafuta Bwana naye akanisikia na kuniokoa toka kwa hofu zangu zote.

Kukosa maarifa/ufahamu 2 Timotheo 2:15 Jitahidi kujionyesha kuwa umekubalika na mungu, mtenda kazi asiye na sababu ya kutahayari, ukitumia kwa halali neno la kweli.

BASI NITAWEZA KUANZA VIPI?

1. HATUA YA KWANZA

✓ SALAMU – MAZUNGUMZO yanapaswa kunanza na salamu ya kimsingi. Hivi ndivyo katika hali ya kufungua mlango wa maongeo. Nakuhunganisha mtu na yule unataka kushiriki injili hii.

✓ MSHUKURU/MPONGESE Nayo itategemea maeneo uliopo na yule mtu unayonge a naye au ni nini kitatokea kwenye mazungumzo. Tambua kitu kitakacho kusaidia kukisimamia, ikiwa upo nyumbani mwao, Tambua pia mapambo ya nyumba na michoro, vitu vya nyumba na rangi yake, picha za kifamila, NK. Ikiwa uko inje ya nyumba yao, Tambua mahali na pia nyumba maeneo iliyopo na hali ya ukulima NK. Tafuta kitu utakacho tumia kufananisha na uwe wazi kuhusiana na vile unafananisha.

✓ SIKIZA VYEMA-Utaweza kujifunza mambo makuu kuhusu mtu huyo na pia maisha na pia mazingira kwa kumsingiza. unapaswa kuwa nidhamu na ujifunze kusikiza kuliko kuwaza tu kuhusiana na kile utajibu ni raisi sana ukose jambo muhimu kwa sababu wanafikiri sana kuhusiana na kile utasema badala ya kuzikiza kile unaolozewa sasa.

✓ INGIA SASA KWA LENGO Kwanza mkemee adui atakayeshababisha mtembeo kuwa mrefu kwa ajili ya uzuri wa mjadala na kwa njia hiyo kusababisha kushindwa kuingia kwa jambo muhimu kumbuka, ili jambo ni mahusikao kati ya kifo na uzima kuhusiana na mtu unayeongea naye. Tumia maongeo kuwa kama kigezo cha kukusaidia kuingia moyoni mwa mtu Yule sababu kuu unayeongea na mtu huyo ndio hii.

2. **Uelewe mianzo yake ya imani**

Tambua mianzo yake ya kidini na misingi yake ni ya muhimu sana. Wengi ujiitanisha na kanisa, Dhehebu, au hainafulani ya imani. kuelewa hali yake ya kimsingi itakusaidia kuongea nao kwa njia nzuri na yenye manufaa.

Unaweza kufanya hivi kwakuhuliza maswali kama ni vyema nikikuhuliza swali? Hili linafanya mambo mawili. Inawaanda kuwa swali linaweza kuja na pia kueshimu hali yao ya faragha kwa kuhuliza
kwa ruhusa

Kila swali linapaswa kuwa na kusudi na kuzalisha habari itakayo kusaidia lengo lako la kushiriki injili ya yesu

✓ KANISA ANALOSHIRIKI SASA NI MUHIMU sana kufahamu hali yao ya kiroho hii inaanza na swali jepesi Je wewe unakanisa huwa unahudhuria? inawezekana uogope

miitikio kama, sisi tu washiriki wa kanisa
fulani. Sisi uhudhuria kanisa hili au lile na
wengine wanaweza kuwa waaminifu na
waseme sisi hatuna kanisa kwa sasa unaweza
kutumia swali linalofuata kisha uhulize;
mchungaji wako ni nani? Utagundua kwa
haraka kuwa kama wao uhudhuria kanisa kila
mara. kwa njia hiyo utaweza kujikumbusha
mwenyewe ikiwa wao uhudhuria au sio ilo sio
jambo muhimu.

kumbuka jukumu lako.Elewa kuwa
wewe ni balozi wa yesu kristo na kusudi lako
ni kushuhudia maisha yako kwake. pia wewe
unaakilisha kanisa lako. Haya ni mambo
muhimuj ya kukumbuka. Usimkozoe/mdhiaki
au kulaumu kanisa lake.

kanisa lako

Tumia sehemu hii ikiwa yule mtu unayeongea
naye amewai kumtembelea kanisa lako. Ikiwa
hajawai kulite mbelea basi ingia kwenye
sehemu ifuatayo na ujiandae kuhuliza maswali
ya moyo mhulize jinsi yeye alivyo kuja
kulitembelea kanisa baada ya wewe kutambua
hili, kisha hulize ulisikia vipi kuhusiana na
ibaada yetu? Uliza ikiwa walipata chambo
lolote speciali au tofauti kwenyc ibaada?

Elezea kuwa utofauti huo ndio watu
wamekuwa waki uona na kuwa na uhusiano
na yesu kristo. Eleze a kuwa kristo upeana

amani kwa kila mmoja anaye mtafuta sisi zote tunatafuta amani. watu wengi hawajapata kulingana na vile wanajaribu kwa bidii nakutafuta maeneo mengine.

Swali lililo muhimu

Unapofikia hatua hii ujue unaingia kwenye maeneo yaliyo habari mno ya mazungumzo yenu. Unakaribia kuhuliza baadhi ya maswali ambayo yatamsababisha yule mtu kuingishwa kwenye hatima yake ya umilele.

Unaweza kuhuliza swali ili litulize ainafulani ya maswali. Anza kwa kuhuliza je, nivyema nikikuhuliza swali? ukipata ruhusa basi itakuelekeza katika hali ya kuhuliza swali lingine lililo na uzito.

Sasa ukokaribu kuingia kwenye maeneo ya kiroho, ambayo ndiyo itakayo amua hatima ya umilele wa mtu yule unayenena naye. hili limekuwa lengo tangia mwanzo wa maongeo yenu Swali linalofuata ni uhusiano wako na bwana uko vipi? Mwitikio unaweza kutofautiana kati ya nadhani kuwa mambo si mabaya niko sawa, ninaamini mambo ni sawa mimi si mtu mbaya mimi ni mwema, NK.

Jambo moja muhimu la kukumbukana, kusudi lako sio kukosa uhusiano wako na bwana au kuhakikisha kuwa ni kweli. Lengo lako ni kuwasaidia waone itaji la kuwa na mwokozi na jinsi wanaweza kufanyika kumjua yeye.

Njia bora ya kufuatilia swali hili ni kusema. Wachaniuliza hivi, kwa kweli ikiwa unaweza kufa leo au sasa,
kwa dakika hii je unauakika kuwa utaenda kuishi na
Bwana mbinguni?

Swali hilo ni la kipekee lililo na umuhimu. Inasababisha halina mtazamo wa kiroho kuhusiana na mtu Yule Unayenena naye. Inawezekana upokee majibu kama, ninatumai hivyo, ninapenda kuwazia hivyo, sijui au unaweza kusikia tamko kama la sina uakika.

Kulingana na mwitikio uliopokea basi hili limeweka mambo wazi kwa maongeo ya mabadiliko. sasa uko karibu kuhuliza ruhusa ili ushiriki injili. swali linalofuata ufungua mlango wa kushiriki yesu kristo aliye njia, kweli na uzima uko karibu kuingia kwa maandiko kwa sababu ni ukweli unaowaweka wanaume na wanawake huru. neno la mungu linaleta imani inayo okoa, Imani huja kwa kusilikiana na kusikia neno la mungu.

Maswali muhimu ya kuhuliza ni Je ni vizuri nishiriki nawe jinsi nilifanyika mkristo na jinsi wewe unawezaje kufaanyika?

Nimeuliza maswali haya kwa watu wengi na sija wai kupata yeyote akinielizea

kuwa hakuwa tayari kushiriki naye. Jambo kuu
ni kwamba kuwe na hakika kuwa wakati
wakuhuliza swali hili uko tayari.

Mradi umekwisha kuhuliza maswali
haya naumepokea Jawabu, sasa jiandaye
kuendelea mbele na kushiriki maandiko
kutoka kitabu cha warumi. unapaswa
kumsaidia uelewe kuwa itakuaje ikiwa atakufa
kabla tukiachana leo wataenda kuwa na
bwana mbinguni sasa turudi kwa Shirley
alikuwa na miaka kama ishirini na maisha
yake yalikuwa yameharibika maana Shirley
alikuwa kwa ndoa ya pili naye pia alikuwa na
mtu mwingine wakati ajali ilitendeka.

Mume wake alikuwa ni mtu mwema na
alikuwa na bidii kazini ili ali mke wake hakuwa
na uaminifu kwake Matokeo ni kuwa gari
lililopondeka ni mumewe alikuwa
amemnunulia

Babake Shirley alikutana nami mlangoni
mwa jumba cha dharura akiwa kwa machozi
ya kichurunzika huzoni mwake. Ningelisikia
machungu na kulaani ikisikika kwenye chumba
hicho cha matibabu.

Mhubiri Shirley amelewa lakini
waliniambia kuwa alikuwa na majeraha
machache. watamtunza usiku na kisha
anaweza kuachiliwa baada ya siku moja au
zaidi.

Ninahofia kuwa huu hautaweza kuwa wakati mzuri wa wewe kuongea naye. Ninatabanika kuhusiana na vile anafanya. Pengine ni muhimu huja asubui? Nilitikisa kichwa changu na nikaweka mkono mabegani mwangu na kusema kuwa nalimpenda na kwa hakika nalimjali, Shirley na familia yake nami tulifurahia kurejea kesho asubui.

Nilirejea na kwa kweli sitawai shahau maongeo tulio kuwa nayo. Mume wake alikuwa kando ya kitanda ameketi kando ya mke wake hata kama alifahamu kuwa hakuwa mwaminifu. Nilipokumbuka habari za ajali nikasema mungu amerejesha maisha yake. Nalimhuliza maswali hayo yote yaliyo muhimu; ikiwa ungelikufa kwenye hiyo ajali, kwa hakika unadhani kuwa ingelienda kukutana na bwana mbinguni?

Kwa haraka akageuza mtazamo/Mjadala huo akisema watu kwa kanisa lako pale wote ni wanafiki. mimi ni kijana na kuna vitu ninapaswa kufanya kisha nitaokoka. Nilimkumbusha kuwa mungu alimpa nafasi ya pili ya kuishi na anapaswa kutumia vyema. Alijali sana sehemu ndogo ya nywele zake iliyokuwa imenyolewa kutoka kwa kichwa chake kuliko hali yake ya kiroho.

Babake alifariki miezi michache baadaye nami nika hubiri kwa mazishi yake. Shirley aliudhuria kanisa sio kila mara baada ya hayo nakumbuka ibaada ya mwisho kuhudhuria. Niliubiri kwa uzito lakini habari ya injili iliyojaa huruma kwa injili ya wokovu ilinipendeza kufanya. Tangazo wakati wa mhaliko

Ninasema hii inaweza kuwa nafasi yako ya mwisho kwa ajili yako kumpokea kristo kama bwana na mwokozi. sikijua jambo hili lilikuwa la kinabii vipi kwake Shirley Nikaangalia sasa nakukimbuka wakati simu ililia sa 2:00 a.m. asubuhi sio nzuri hasa sio nzuri kama mchungaji sauti iliyoko upande huo mwingine alikuwa ni mumewe Shirley.

Sauti yake ilikuwa inaogofya naye alikuwa analia mhubiri Harris, Shirley alijipiga risasi na sasa amefariki. sasa mimi sielewi nifanye nini. Aliendelea mbele kuelezea kuwa Shirley alikwenda kulewa usiku kucha na kisha wakanza kugombana/kupishana alipofika nyumbani alichukua chombo changu cha bunduki akaweka kwenye mashavu yake kisha akavuta trika. Nilisikia mlipuko nikiwa maeneo ya mbele. Nilipoingia kwenye nyumba nisingelimtambua nikamchuliza alipaswa kuwaita maskari kwa haraka kisha akauniuliza niende nikamwelezee mamake Shirley. Nilimhita jirani aliye pia mshiriki wa kanisa nao wakakubali kuja na kukawa na watoto wetu wawili wakati mke wangu na minikaendesha kuelekea hazeli mahali unaishi Nalipisha kwa haraka alifungua mlango. Nalimhuliza hazeli aketi chini kwa kiti kisha nikapiga magoti mbele yake na nika chukua mikono miwili. Nina habari mbaya. akaanza kulia na kusema la haiwezekani, ni jo Ann. alikuwa ni binti yake mwingine nasikitika kuwa na shirley nasema.

Ningali ninaweza kuendelea kusikia kile Shirley alisema, ninaweza kumsikia (Shirley) anaomboleza tena!

Sio kila mmoja ataitikia injili. Kazi yetu sio kuokoa watu ila kuwapa kipawa kizuri cha wokovu. Wanapaswa kufanya mahamuzi ya kuchagua wenyewe. Kama ukumbusho kuhusiana na mambo hayo ya umilele ni Tunapaswa kutumia njia yeyote tuwezayo kushiriki habari ya injili na wengine

MLANGO WA 7

Kushiriki injili sehemu ya 2 mpangilio wa kibibilia

Baada ya maombi tulianza kuongea na mtu moja aliye kuwa ametembelea kanisa letu Jumapili iliyo pita. Aliinua mkono wake kama ishara kuwa hakujua kristo kwa hivyo aliitaji nimwombee.

Randy alikuwa amesafiri nami kwa musururo kadha ya ugenini alikuwa kwanza alikuwa na ujuzi wa kunitazama nikiwaelekeza wengine kwa kristo, tukasafiri hadi mahali tulikuwa tukienda kuhubiri.

Ugeni huu ulikuwa nitofauti kati ya zingine tulizo kuwa tume wai safiri na Randy. Maongeo yetu yaligeuka kutoka maongeo ya kawaida hadi kwa jambo la kumaanisha. Nilitulia kwa mda kisha nikamwambia

Randy_____ Nikakuealezea mwisho wa mlango huu kuhusu kile nilisema au kile kilichotukia wakati wa ugeni huo.

Tunapashwa kukumbuka kwamba hatuwezi kumho koa mtu awaye yote. Injili ni nguvu za mungu ziletazo waokovu. Kazi yetu ni kuwasilisha injili kwa ufasaha.

na kwa uangalifu tulipeana uhuru kwa wale wanaoisikia

wote ni wenye dhambi

Kabla mmoja aokolewe kwanza ni lazima akuwe alipote a ni muhimu sana sisi zote kuwakikisha tumeelezea kila mmoja amefahamu kuwa zote tumetende dhambi na kupungukiwa na utukufu wa mungu na pia kile anaitaji kutoka kwetu. Kifungu chamaendeleo kilicho kizuri nilicho pata ni

Warumi 3:23 Tafsiri ya yakobo Warumi 3;23 Kwa maana wote wametenda dhambi na kupungukiwa na utukufu mungu. Tunaposhiriki injili tunaanza na kifungu hichi kwa mtu yeyote yule. Kumbuka tumekwisha tu kumhuliza ikiwa tunaweza kushiriki naye kuhusiana na jinsi tulifanyika na kupata kujua kwa hakika tukifa leo kuwa tungelienda kuwa na bwana mbinguni na jinsi ya kufahamu pia. Tunaanza mtembeo

Kwa hivyo anza kwa kusema. Biblia inatuambia kwa kitabu cha warumi 3:23 kuwa wote wametenda dhambi na kupungukiwa na utukufu wa mungu. Kile fungu hilo linasema ni kuwa sisi zote ni wenye dhambi. Hiyo inamaani sha kuwa nilifanya dhambi, ulitenda, na yeyote ule aliyewai kuishi alitenda dhambi. Aijalishi jinsi gani mtu anaweza kuwa mwema. na vigumu kuwa mkamilifu na pia kuwa mwema kimo cha kuingia mbinguni.

Ninapenda kutumia mifano ya ubao kwa wingi ikiwa wingi umekusudiwa kutumika kwa kusudi malumu naiwezekana iweni ubao unaitajika na pia ni lazima iwe upana uliofaa na pia inawezekana ni punguze ubao kwa kuhukata uwe fupi kwa hivyo nisipo uakata hata nitumia ujuzi upi sitaweza kufauli kuifanya ingie kwa kazi yake timilifu. sisi ni kama ule ubao. Tuna kusudi dabiti tulio wekewa ambalo mungu alikusudia kila mmoja wetu. kipekee hatutaweza kutiiliza nakusudi mungu aliyo tukusudia kwa maana sisi hatuna uwezo kwa hivyo sisi zote tumepungukiwa na kiwango cha ukamilifu kwa sababu tumetenda dhambi.

Wote wametenda dhambi na kupunguklwa kuwa na uluku ʃu.
Wa mungu anaovitaji

Mungu anatupenda

Hatua nyingine jini ya warumi iliyo ndiyo
barabara ya injili ya yesu kristo na kusaidia
watu kufahamu kuwa wakati tulikuwa tungali
wenye dhambi kristo alitufia mungu
alitupenda. Alitupenda jinsi tulivyo naye
anataka atusaidie na kile tunapaswa tuwe.

Kifungu kingine ningetoa wazo kuwa
warumi 5:8 bali mungu uonyesha pendo lake
yeye mwenyewe kwetu sisi kwa kuwa kristo
alikufa kwa ajili yetu tulipokuwa tungali wenye
dhambi. Kristo alitufia

Wambia kuwa mungu anampenda kila
mmoja kuwa anatupenda ata wakati tungali
wenye dhambi alidhirisha upendo huo kwa kifo
chake cha mwanawe yesu kristo msalabani
kutulipia deni ya shambi zetu. alitupenda upeo
hata yesu akufa kwa nafasi yetu.

mwambie kila mmoja kuwa, ili
linamaanisha kuwa mungu nakupenda na yesu
alikufia wewe.

MSHAHARA WA DHAMBI

Kwa nini yesu alifutia msalabani kwa injili
yetu? unapaswa kutumia Warumi 6:23
mweleze yule mtu kuwa Biblia inasema kwa
kitabu cha warumi ni kuwa warumi 6:23 kwa
maana mshahara wa dhambi nimauti.

Elezea kuwa dhambi zetu
zimejumuishwa kwa kiwango kidogo cha

wakati, kama vile tunaipokea kundi ya malipo au mshahara mwisho wa Juma au mwezi.Tunapokea mishahara kulingana na kazi tuliokwisha ifanya

Hivyo ndivyo dhambi zetu, Tunastahili malipo kuhusiana na mabaya tunayo yatenda kwa kuchagua sheria za mungu Biblia inatuambia kwenye kifungu hichi kuwa mshahara tunayopaswa kupokea ni kifo. Tunastahili na tumefuna kifo/mauti kwa sababu ya dhambi zetu.

Yesu alikufa mshalabani bila makosa akipokea mshahara uliopashwa uwe wetu

Kipawa cha uzima wa milele

Zongelea kwa haraka kwa hatua inayofuata ya warumi 6:23 mwambie, tunafahamu kwamba tunastahili kifo cha kiroho, lakini habari njema ni kwamba kristo alikufa kwa nia zetu na kisha akatupa kipawa cha uzima

Biblia inasema kwenye kikfungu cha mwisho mstari wa 23 lakini gharama ya mungu ni uzima wa milele hatukustahili lakini mungu kwa uhuru wake alitupa kipawa hichi kwetu sisi.

Njia iliyopora ya kudhihirisha ni kufananisha na vipawa vya krismasi. wakati jamii yangu wanatenga mda , na bidii, na gharama ili waninunulia kipawa wao uwapa kipawa mbele yangu siku ya krismasi asubuhi hii ni zawadi ambayo umepeanwa kwangu yesu kristo anatupa kipawa chauzima wa milele kwetu.

Haitugharimu kitu chochote ila yeye ilimgharimu kila kitu. Ingawa kipawa kimekwisha kupeanwa ninapaswa pia nipokee ndiposa iwekwa kweli ni yangu.

Tunaweza ajekupokea kipawa hiki?

Pokeeni kipawa cha uzima wa milele.

Vifungu nilivyovitumia kwa wakati huu ni Warumi 10:8-10 Biblia inatueleza kuwa tutaamini kuwa kristo alikufa na akafuvuka toka mautini kwa ajili ya dhambi zetu na tuziungame dhambi zetu natumhulize atusamehe kwa njia hiyo tutaokolewa.

Elezea kwamba kile anapaswa kufanya ni kuwa Yesu kristo anaweza kumhokoa naahulize kristo aingia moyoni mwake na abadilishe maisha yake elezea kuwa tunaamini toka moyoni mwetu natunene mbele za mungu kwa kinya chetu. hayo ndiyo yanapaswayo kuwa na hayo ndiyo anapaswa ayafanye!

Ahadi za mungu

Warumi 10:13 imepeba Ahadi za ajabu kwa kila mmoja. Inasema kwamba, kila

atakayeliitia jina la bwana ataokolewa. Ahadi
hizi ni muhimu kwa mtu binafsi. Kila mara
mimi upangilia jambo kama hili, kifungu
hiki akisema kuwa pengine unaweza kuokoka,
ila inasema UTAOKOKA:

Mahamuzi yaliyo muhimu
huu ni wakati uliopora sana: Umekwisha
shiriki habari njema ya kristo umemhonyesha
mpendwa vile anapaswa kupokea waokovu
ukotayari kufikia mahamuzi. mwambie hivi,
jambo hili la maanisha kuwa utamhita Bwana,
yeye atakusikia na kisha kukuokoa. Unaweza
kufanya hivyo sasa hivi, mahali hapa.

Je ungalipeanda kumhumiza kristo
haingie moyoni mwako sasa?

Ikiwa mtu yule atasema ndiyo, sasa
enda kwa hatua ifuatayo, ambayo ndiyo
maombi.

Maombi ya wokovu

Wazo la kuomba linawezakana liwe la
kuogofya na kusababisha hali ya kudhunishwa
kwa mwanafunzi asiyezoea hali ya maombi.
Kwa hivyo mkono wa utulifu
utamsaidia kumpitizakwa upolc kwa maombi
ya topa.

Mwelezee yule mpendwa kuwa kile
anachopaswa

kufanya ni kumwambia bwana.

- nasikitika kwa ajili ya dhambi zangu
- ninaamini unaweza kuniokoa
- Tafahdali ingia moyoni mwangu
  na upadilishe maisha yangu.Mwelezee
  kuwa hayo tu ndiyo anapaswa kuwa
- Mhulize ikiwa angelipenda kuomba
  kwa sauti au kwa ukimya (wengi wata
  penda kuomba kwa kimya)
- Kisha sema jambo kama, wewe omba
  kisha nami nitaomba.
- Tafadhali sema kwa sauti kuu Amen
  ndiposa nitawezakuelewa ikiwa
  umemaliza kisha nita weza kuomba.
- Anapomaliza kuomba na kusema amen,
  itikia
- kwa kusema : sasa nitaweza kuomba

Mombi ya ualakisho
Lengo lako kwa wakati huu ni kusaidia
yule pia kuelewa kuwa anapata
uakikisho kuwa amefanya kile bibilia
ilisema kuwa hayo ndio alipaswa
afanye. sasa anaweza kwa hakika kuwa
ameokolewa na sasa yuko kwenye
safari hii ya kwenda mbinguni. Je
unawezaje kufanya haya? Unapaswa
kuomba haya kwa sauti, ukielezea
mpango wa wokovu ukitilita makazo
kile (analihita jina lake kwa maombi)

imekwisha kufanya na kutatisha na maneno yake mwenyewe ya Amen.

- Mtazamo kisha umhulize, unajihisi vipi?
- kisha umkumbushe kuwa ametenda kile maandi ko yalivyosema alipaswa kufanya ndiposa aokolewe
- umhulize tena; unafahamu kwa hakika kua sasaungeliwezakuenda na kuwa Bwana mbinguni ikiwa ungelikufa sasa hivi na mahali hapa?
- kisha sema, kila mara kumbuka siku hii ambaye wewe na mimi tuliomba na wewe ukamhulisha kristo aingie moyoni mwako
- kisha ni muhimu umhulize andike jini kwenye biblia yake tarehe na na siku akisema hii ndiyo siku yesu kristo aliingia moyoni mwangu na kuniokoa
- umhulize mpendwa yule aje kanisanain jumapili asubuhi na wakati uliopangwa. Akikishie kwamba utakua aukimhongoja yeye langoni pia nitaketi naye wakati wa ibaada (Mhandae mtu mwingine aketi naye ikiwa utakua unaubiri au huwe na jukumu lingine litakalokuzuia)
- lifuatali umhulize ajiandaye kuja mbele wakati wa mhaliko wa wageni kanisani siku ya Jumapili ndiposa unaweza kuomba naye
- mwelezee kwa ufasaha ndiposa kwa

njia hiyo unaweza kuondoa uoga wa wakaonekana kwa mara ya kwanza
- mwelezee umuhimu wa kutangaza mbele ya watu
- Elezea vile yesu aliwaita walewalio mfuata waziwazi
- Elezea jinsi tukio hili litamsaidia na jinsi atakayofanikiwa kwa hatua hiyo
- Kwa faida yako nawka muuhuri kwa mawazo yake

- Kwa ajili ya kanisa kufaidika ndiposa wataweza kumhombea.

Biblia
Mhulize ikiwa ana Biblia ikiwa mnayo Biblia, Mhulize anze mara moja kuisoma inili ya yohana. Ikiwa hana, basi mtafutie moja haraka iwekanavyo.

Kufuatilia
Kuna uwanafunzi mwingi mwema na mipangilio ya kufuatilia nakala zinazohusu kufuatilia. Mradi tu vitabu hiyo vinahusiana na uinjilisti wa hana kwa hana na. Jinsi ya kuwaelekeza wengine kwa kristo, Mdaa na nafasi haitaweza kuruhusu kuelzea kiundani kuhusu mazungumzo ya uanafunzi na kufuatilia. sasa turejelee ile hadithi yetu_____ maongeo yetu

yalisonga na kufikia maeneo ya kumaha
nisha. Nami nalitulia kwa mdaa kisha
nikamwambia Randy! nataka utuongeze
tutakapo kuwa na ugeni usiku waleo.
Kulikuwa pia na utulivu mwingine kwa
mazungumzo yetu kisha Randy hivyo.
Nilimhakikishia kuwa alikuwa tayari na
Roho mtakatifu angelimsaidia.

Yule tuliyekuwa tunamtembelea alikuwa
anatutarajia na pia aelewe ni kwa nini
tumeenda kumhona.

Randy alikuwa kiasi mhoga tulipoanza
maongeo. alimhuliza mwenyeji wetu;

Steve Je umeokoka?

Randy alinitazama kile mara neno
linapotoka kinyuani mwake. Italikumbuka
kuwa haukuwai mhuliza mtu ikiwa ameokoka.
watu wengi wana ufahamu usiowa kweli
kuhusiana na jambo hili kuokoka linavyo
maanisha

Inawezekana wawe na kipimo chao
wenyewe wanacho kitumia kujua kuishi sawa
na mungu na kuishi kinyume chake ni

Randy kwa haraka aliingia kwa swali
lililofungua mlango wa kumkabili. steve na
hali yake ya kupotea. steve hakumpokea
kristo usiku huo, lakini alifahamu ni wapi
alikuwa anaitaji kiroho, Nanjinsi angelipokea
kipawa hichi cha waokovu.

Randy alifanya kazi nzuri usiku huo na kuna masomo tunapaswa kusoma kupitia ujuzi huo. Unapaswa kuwa tayari kujukua hatua ya kwanza nauongee na mtu mmoja kuhusu kristo.

Uinjilisti wa hana kwa hana ni wa kujifunza. Kiasi kile unazidi kuweka kwa maetendo ndivyo unavyo kuwa bora. unaweza kukosea lakini unajifunza kupitia hayo makosa. Roho mtakatifu atakusaidia na kukuongo za.

Randy aliendelea na kisha akafanyika mvuvi wa nafsi, shemasi na kiongozi kanisani.

MLANGO WA 8

Kutumia hisia unapo fanya uinjilisti wa kibinafsi

Kuna mtazamo wa kale unaoleta ukamilifu. nafsi nizamuhimu sana sio muhimu sana kujiandaa tunapoongeana mpendwa kuhusiana na hali yao ya kiroho.

Nalianza mazoezi kwa kanisa langu kule Aloskie, NC ambayo nimwirudia mara mne kwa makanisa mengine haya nne nimechunga. imekuwa ya kuadhiri kwamba mimi

Nalifikiri nitashiriki jambo hilio hapo. nitaelezea maelezo mwisho wa mlango.

Sasa tumepata ufahamu kuhusu jinsi tunavyo weza kuwaongoza kwa kupata ufahamu unaopotea ambayo yesu kristo, kunabaadhi ya hisia ya kitendo tunapaswa kukumbuka hapo chini utapata kanuni 10 unapoenda kuhubiri nawengine.

I.   Tunapaswa kuwa wasikivu wazuri

Tunapaswa kuamini kuwa kusikiza ni muhimu Tunapaswa kuelewa utofauti kati ya kusikia maneno na Kusikiza.

* Kusikiza ni kupokea uwezo wa kupata njia
* Kusikiza hakuhusishi tu kusikia ila ako utafsiri, kupima, na kuitikia kuhusian na lililisemwa.
* Tunapaswa kuskikia kwaomakini kuhusiana na kile mtu anasema tunapojaribu kuwaongoza kwa kristo tunaweza kushika mambo madogo wakati tuwa majadiliano na pia inawazekana iwe ni mwanzo wa kuwaleta kwa kristo

2. Tunapaswa kupuhuzilia mbali upishi ama meshindao

Utaweza kuhulizwa maswali kuhusu

Mambo ya kimsingi ya kipekee ikiwa kwa kweli yako sawa au kinyume

Utawezakuhuliza maswali mengine ambayo yana weza kututatanisha kwenye mazungumzo yenu kuhusiana na lengo kumhusu kristo. wakati unaulizwa swali la aina hii.

Mwitikio uliobora ni kusema kwamba hilo ni swali nzuri, tutaaangalia swali hilio baadaye, lakini kwa sasa. Kisha urejelee kwenye mjadala mahali ulikuwa kasha swali liulizwe.

92

Usikubali kuondolewa kwa mtazamo wa mambo muhimu yalioko. Mambo ni hatima ya mtu ya umilele unayenena naye.

Usikubali kumezwa na mashindano sikiza tujambo ambalo mnaweza kukubalia kwalo.Mruhusu Rono mtakati fu amshawishi mtu ila ukae mbali na mashindao.

3. Tunapasa kupuhusilia mbali nia ya kuhukumu

- Usionyeshe hofu kulingana na maisha ya mtu. Unapaswa kuwapenda wenye dhambi na ujiku-mbushe kuwa mungu anawapenda jinsi walivyo maishani. Nikazi ya mungu kuwaelkeza mahali anataka waweko
- Usimkemehe mtu ila jaribu na umsaidia atafute njia mpya ya mtindo wa maisha ni kristo pekee anayeweza kupeana.

4. Uchunguza sana ukarimu

- Tamka jina la mtu kikamilifu.
- Uliza ruhusa kuhusiana na maswali ya faragha
- Usipite mipaka ya mtu
- Uwe mwangalifu kuhusiana na watoto ongea nao kisha uwapongeze kwa wazazi wao.
- Uweze kuwa na hali ya kuhusika kuelekea mipango ya mtu yule.

- Usiongee ama kuchukua mda mrefu wakukaa
- Usiongee wakati mtu mwingine anaongea. Uchunguze viatu vyako na uakikishe ni visafi chini unapoingia kwa nyumba ya mtu
- ga sana usiwatatize wanapoona kipindi cha televisheni (TV)

5. EPUKA KUMCHOCHEA MTU (au kukuandamiza

Akikisha mtu yule anaelewa kile anafanya kisha ni vyema umpe nafasi ya kusema ndio ikiwa hayuko tayari kumkubali kristo kwa majira hayo.

6. Tumia biblia kwa uangalifu na werevu

Tumia angano jipya iliyo ndogo unapopepa biblia kubwa unapojaribu kushuhudia kwa mtu inawezekana haepe . nunua biblia za agano jipya ndogo na kisha unaweza kupeana

7. USIWAKOSOE WENGINE

Usimkosoe mtu mwingine, kanisa, mchungaji au dhehebu. usiongee sana.

8. USIMKASIRISHE MTU

fikiri kwanza kabla uongee. jiweke kwenye kiatu cha yule mtu na kisha uwaze na uwaze

vile unaweza kupokea kile unataka kusema.
usiwaifanya lolote ambalo linaweza
kumkwaza mtu.

9. Uwache mtazamo mwema
- Hasa sana ikiwa mtu hajampokea kristo
- tunataka nafasi ya kuongea naye tena
- atupaswi kuhufunga mlango tena kwa
  kumzuhia mtu mwingine atakaye weza
  kumleta kwa kristo baadaye

10 Kulea kwa uangalifu ni bora
- kuoga
- kupiga mswaki
- kuchana nywele
- kitambaa cha kujibanguzia

Ingeliwezesha kukamilisha majuma
kadha nilafundisha mtindo wangu na mbinu
yangu ya kuwaleta watu kwa kristo yesu.
Naliamua kuwa nitapeana mfano wa
kufundisha kwa watu wangu.

Tulitenga ukumbi wa kukutania kila
jumatano

Mwalimu wetu wa shule, kule alitumika
kama mtu ambaye ningependa kumtembelea
na kushiriki kristo naye. nalipisha mlangoni
naye akanikaribisha ndani. Tulikuwa tumejadili
kwa urefu kuhusiana na kile tulipaswa
kukamilisha.

Tulifanya mkutanowetu kuwa kweli na unaowezekana nilienda hatua kwa hatua nikishiriki jinsi gani. huyu mtu angelikuwa Kujua kuwa kitu vitakuwa sawa kati yake na Bwana ama ikiwa angelikufa mahali ameketi, angelijua kwa hakika kuwa angelienda kuka na Bwana mbinguni.

Watu wetu waliweza kuona mpango kwenye matendo na kuelewa jinsi itakavyofanya kazi nilianda mpangilio wa kule ndiposa aweze kuhuliza maswali ambayo watu wengine uhuliza katika hali ya kutaka kuepa lakini nilionyesha jinsi ya kuitikia na kupakia kwa ujumbe.

Tulipotumia mpangilio huo ilisababisha msaada mkubwa kwa wengine. Nalirudia hii mara kadha kwa makaanisa tofauti niliyo ya chunga na pia na kongamano ya uinjilisti wa hana kwa hana ambazo ninehudhuria ilifanya vizuri kwa vikundi vikubwa na pia vikundi vidogo kulingana na jinsi vimewekwa.

www.ingramcontent.com/pod-product-compliance
Lightning Source LLC
Chambersburg PA
CBHW020512030426
42337CB00011B/355